INSIGHT PUBLICA

1993 മെയ് 17ന് മലപ്പുറം ജില്ലയിലെ കൊണ്ടോട്ടിക്കടുത്ത് പുല്ലഞ്ചേരിയിൽ ജനനം. സിനിമ സീരിയൽ തിരക്കഥാകൃത്തും നോവലിസ്റ്റുമായ സി.ആർ. ചന്ദ്രനാണ് പിതാവ്. സ്വതന്ത്ര മാധ്യമപ്രവർത്തകയും ചലച്ചിത്ര സഹസംവിധായികയുമാണ്.

വിലാസം: അക്ഷരം (വീട്), പുല്ലഞ്ചേരി,
കുഴിമണ്ണ പി.ഒ., മലപ്പുറം, പിൻ 673641

Email : craksharam@gmail.com

Phone: 8848349860

അനു ചന്ദ്ര

ആമുഖം

സ്വന്തം ദേഹത്തോട് ഏറ്റുമുട്ടുന്ന അച്ഛന്റെ നിസ്സഹായതകൾക്കൊപ്പം കൂട്ടിരിക്കുന്ന കാലത്താണ് എഴുതി തുടങ്ങുന്നത്. മുറിവ് വീണ തുടങ്ങുന്ന എന്റെ ഹൃദയം ഉണക്കുവാൻ എനിക്കന്ന് എഴുത്ത് അനിവാര്യമായിരുന്നു.

നിവർന്നൊന്ന് നിൽക്കാൻ പോലും ത്രാണിയില്ലാത്ത ഒരു ക്യാൻസർ രോഗിയെ കണ്ട് മനസമാധാനത്തോടെ ഉറങ്ങിയിട്ടില്ലാത്ത നാലു വർഷങ്ങൾ. ഒടുവിൽ ഒന്ന കണ്ണടച്ച് ചിരിച്ച് ജീവിതത്തിൽ നിന്ന് അച്ഛൻ ഇറങ്ങിപ്പോകുമ്പോൾ അവസാനമായി തൊട്ടത് എന്റെ കൈവിരലുകളിലും.

നോക്കൂ. ആ കൈവിരലുകളിലൂടെയാണ് ഇന്നെന്റെ ചിന്തകളും, ഭ്രമകൽപ്പനകളും ഇങ്ങനെ ഊർന്നു വീഴുന്നത്.

അച്ഛന് നന്ദി. ജന്മം തന്നെന്നെ അനുഗ്രഹിച്ചതിന്.

അമ്മക്കും ചേച്ചിക്കും നന്ദി. എന്നെ ഞാനായി തുറന്ന് വിട്ടതിന്.

ഇടവും വലവും നിന്ന് എഴുതാൻ അത്രകണ്ട് പ്രേരിപ്പിക്കുന്ന കൂട്ടുകാർക്കും നന്ദി.

എല്ലാത്തിലും ഉപരി എങ്ങുനിന്നോ വന്ന് എങ്ങോട്ടോ പോയ ഒരു മനുഷ്യനും.

കഥകൾ

ന്റുപ്പാന്റെ പേര്

ന്റുപ്പാന്റെ പേര് ഇസ്മയിൽ. ഉമ്മാടെ പേര് പാത്തുമുണ്ണി. ന്റുമ്മുമ്മ റുമറിയുമ്മാന്റെ ഓർമ്മയിലെ ഇരച്ചിലിൽ മാത്രേ ന്റുപ്പ ഇസ്മായിലിനെ ഞാൻ കേട്ടിട്ടൊള്ളൂ. ഉമ്മാന്റെ വയറ്റിൽ ഞാൻ എട്ടു മാസം ഉള്ളപ്പളാണ് മലക്കുകൾ വന്ന് ന്റുപ്പാന്റെ ആത്മാവ് പൊതിഞ്ഞുകെട്ടി സ്വർഗ്ഗത്തിലേക്ക് കൊണ്ട് പോയതെന്നാണ് ഉമ്മുമ്മ പറയണേ. പറഞ്ഞും കേട്ടും പഴകിച്ച കഥയാണെങ്കിലും ഉമ്മുമ്മ അത് പലവട്ടം പറയും. കഥയ്ക്കിടയിൽ കരച്ചിൽ വരാതിരിക്കാൻ ശ്രമിച്ചാലും, മ്മുമ്മാക്ക് വീണ്ടും വീണ്ടും കരച്ചിൽ വരും. കരച്ചിൽ കൂടിയാൽ പിന്നെ പിന്നെ അരികിലിരിക്കുന്ന ന്റെ കൈമുത്തിയും തലോടിയും അവർ വിങ്ങിപൊട്ടും. നെടുവീർപ്പോടെ ഞാനും. അതേ നെടുവീർപ്പോടെയാണ് ന്റുപ്പാക്ക് ഇസ്മയിൽ എന്ന പേരുവന്നതിന് പുറകിലെ കഥയും ഉമ്മുമ്മായിൽ നിന്നും ഞാൻ കേൾക്കാറ്.

ന്റുപ്പപ്പ ഹൈദരാലിയെ നിക്കാഹ് കഴിച്ച ഇരുപത്തിനാല് ഇരുപത്തിയഞ്ചു കൊല്ലം കഴിയുമ്പോഴാണ് ഉമ്മുമ്മ അവരുടെ ആദ്യത്തെ കുഞ്ഞിനെ, അതായത് ന്റെ ഉപ്പാനെ വയറ്റിൽ ഗർഭം ധരിക്കുന്നത്. ഗർഭിണിയാണെന്നറിയുന്നതിന്റെ തലേന്ന് രാത്രി ഉമ്മുമ്മാന്റെ സ്വപ്നദർശനത്തിൽ, സൂര്യൻ പൊങ്ങുന്ന കടലിന്റെ തീരത്ത് പടച്ചോന്റെ അശരീരി വെളിപ്പെട്ടു.

“മറിയുമ്മ, അനക്ക് ഞാനൊരു മകനെ തരുന്നു. നന്നായി നോക്കിക്കോളീന്ന്”

പടച്ചോന്റെ വാക്കുകൾ ഉമ്മുമ്മ ശിരസാ സ്വീകരിച്ചു. കുറേക്കാലത്തെ പ്രാർത്ഥനയ്ക്കുശേഷം ഇബ്രാഹിം നബിക്കും ഹാജിറ ബീവിക്കും

വാർധക്യകാലത്ത് ജനിച്ച ഒരേയൊരു മകന്റെ ഖുർആൻ കഥയെ ഓർത്തുകൊണ്ട് ഉമ്മുമ്മായും ഉപ്പൂപ്പയും കൂടി ന്റുപ്പാക്ക് പേരും നൽകി. 'ഇസ്മയിൽ'. ജീവികളെ നൂറ്റാണ്ടുകൾ ഉറക്കികിടത്താനും മരിച്ചവരെ പുനരുജ്ജീവിപ്പിക്കാനും കഴിവുള്ള സർവ്വശക്തനും സർവ്വജ്ഞാനി യുമായ അല്ലാഹുവിന്റെ കാരുണ്യത്താൽ ഭൂമിയിലോട്ട് പടച്ചുവിട്ട ഇസ്മയിലിന്റെ ജീവിതത്തിന്റെ ഓരോ കാൽവെപ്പുകളേയും അവർ വാത്സല്യത്തോടെ പിന്താങ്ങി. അങ്ങനെ മകൻ ഇസ്മയിലിന്റെ, ന്റു പ്പാന്റെ -സ്നേഹം, കാരുണ്യം വാത്സല്യം, പരിശുദ്ധത നിഷ്കളങ്കത തുടങ്ങിയ സർവ്വഗുണങ്ങളും പുകയില കൂട്ടിമുറുക്കി ഉമ്മുമ്മ വിവരിച്ചു കഴിയുമ്പോഴേക്കും സ്വർഗ്ഗം നേടിയ ന്റുപ്പാനെ ഓർത്തു ഞാൻ അഭി മാനത്തോടെ പുളകിതയാകും.

എന്നാൽ അഭിമാനത്തിന്റെ ആയുസ്സ് പൊടുന്നനെ തകർന്ന ടിയുന്നത് ന്റുമ്മാന്റെ വലിഞ്ഞ മുഖത്തെ കഠിനമായ നോട്ടത്തിനു മുമ്പിലാകും. ഉമ്മാന്റെ നോട്ടത്തിനോ തൊള്ളയിടലിനോ മുൻപിൽ പരുങ്ങുന്നത് ഞാൻ മാത്രമല്ല, ഉമ്മുമ്മായും കൂടിയാണ്. അതോടെ മകൻ ഇസ്മയിലിന്റെ സത്യ മാർഗത്തിലേക്കുള്ള കഥകൾ ഉമ്മാക്ക് മുൻപിൽ ഉമ്മുമ്മ ഒരു ചൂളലോടെ മടക്കി വയ്ക്കും. അതിനേക്കാൾ പരു ങ്ങലോടെയാകും ഉമ്മുമ്മാന്റെ അടുത്തു നിന്നുള്ള ന്റെ ഉൾവലിയൽ. ഉമ്മുമ്മാക്ക് നേരെ ഇനി ഉപ്പാനെ പറ്റി ഒരക്ഷരം മിണ്ടരുതെന്ന കടു പ്പിച്ച നോട്ടത്തിൽ ഉമ്മ വീടിന്റെ ഏതേലും മൂലയിൽ പോയിരുന്നു തന്റെ കൈകൊണ്ടുണ്ടാക്കിയ അച്ചപ്പവും കുഴലപ്പവും മുറുക്കുമെല്ലാം കൊട്ടയിൽ അടുക്കി വയ്ക്കുമ്പോൾ വാക്കുകൾ തൊണ്ടയിൽ കുരുങ്ങി ഉമ്മുമ്മ മിണ്ടാണ്ടെ പുൽപ്പായയിൽ ചെരിഞ്ഞു കിടക്കും.

അങ്ങനെ ദൈവത്തിന്റെ ഉദ്ബോധനങ്ങളിൽ ജീവിച്ചുമരിച്ച മകൻ ഇസ്മയിലിന്റെ ഓർമ്മകളിൽ മുറുകി പിടിച്ചിരിക്കുന്ന ഉമ്മുമ്മായും, കവലയിലെ കടകളിൽ അച്ചപ്പവും, മുറുക്കും വിറ്റ് മൂന്നെണ്ണത്തിന്റെ വയറു നിറയ്ക്കാൻ പാടുപെടുന്ന വലിഞ്ഞുമുറുകിയ മുഖമുള്ള ഉമ്മായും, ഉമ്മുമ്മാന്റെ ഓർമ്മക്കും ഉമ്മാന്റെ നോട്ടത്തിനുമിടയിൽ ചുരുണ്ടുകൂടു ന്ന ഞാനും ആ ചോർന്നൊലിക്കുന്ന പൊരക്കുള്ളിൽ ഒന്നിച്ച്!!!

ഗൗരവം വിട്ട വർത്തമാനമൊന്നും തന്നെ ഉമ്മാക്ക് അറിയില്ല. താനെങ്ങനെയാണ് കുടുംബം പോറ്റേണ്ടതെന്നും, കുടുംബം പോറ്റുന്ന തെന്നും ഉമ്മാക്കും അറിയാം അതിനെക്കുറിച്ച് ഞങ്ങൾക്കുമറിയാം. അതുകൊണ്ടുതന്നെയാണ് മറുവാക്കുകളില്ലാതെ ഞങ്ങളുടെ പുരയ്ക്കക ത്തെ അന്തിമ വാക്കും ഉമ്മാന്റേതുതന്നെയാകുന്നത്.

"ഓളങ്ങ് വളർന്ന് ബരണല്ലോന്ന്"

ഉമ്മുമ്മ ഇന്നെ ചൂണ്ടി ഉമ്മാനെ ഓർമ്മപ്പെടുത്തിയപ്പോഴും ഉമ്മ ഗൗരവം വിട്ടുമാറാതെ പറഞ്ഞതും

"പെണ്ണല്ലേ ഓള് വളരട്ടെ, തലതിരിഞ്ഞ ബെടക്കന്മാർക്ക് മുൻപിൽ ഓള് തൊള്ള തുറന്നു ബളരട്ടെ"ന്നാണ്.

അതിന് ഉമ്മുമ്മ മറുപടിയൊന്നും പറഞ്ഞില്ലെങ്കിലും അന്നത്തെ രാത്രിയിൽ ഉമ്മുമ്മാന്റെ ചൊല്ല് പ്രകാരം ഞാൻ തനി പെണ്ണായി. ഉടുപ്പിൽ പടർന്ന ചോര തുള്ളിയും മുറിയിൽ പടർന്ന മുഷിഞ്ഞ മണവുമായിരുന്ന ഒറ്റ രാത്രിയിൽ എന്നെ മാനംമുട്ടെ വളർന്ന പെണ്ണാക്കി മാറ്റിയത്. ചോര പേടിയിൽ ഒച്ചപ്പാടിട്ട ന്റെ കയ്യിൽ ഒരു കഷണം തുണി തന്നിട്ട് അരക്കെട്ടിലെ ചരട് വഴി മുന്നിലും പിന്നിലുമായി കൊളുത്തിവയ്ക്കാൻ പഠിപ്പിക്കുന്നതും ഉമ്മയാണ്

കുമിഞ്ഞു കത്തുന്ന മണ്ണെണ്ണ വിളക്കിനരികിലിരുന്നു

"ഇനി ആണുങ്ങളെ അടുത്തേക്കൊന്നും പോയേക്കരുതെന്ന്"

ആ രാത്രിയിൽ തലമുടിയിൽ വിരലോടിച്ചുകൊണ്ട് ഉമ്മുമ്മ എന്നെ ഉപദേശിച്ചപ്പോൾ ഉമ്മുമ്മയുടെ വാക്കുകളെ തട്ടിനീക്കി കൊണ്ട് ഉമ്മ പറഞ്ഞു

"ഏതുവഴിയാച്ചാ നടന്നോ. തോണ്ടുന്നോൻ്റേം കുത്തുന്നൊൻ്റേം കിടുങ്ങാമണി ചെത്താൻ അറിഞ്ഞാമതി"

അതിനും ഉമ്മുമ്മ ഒന്നും പറഞ്ഞില്ല. എന്നാൽ പേരക്കുട്ടി വയസ്സറിയിച്ച രാത്രിയിൽ അതുകണ്ട് സന്തോഷിക്കാൻ മകൻ ഇസ്മയിൽ ഇല്ലെന്ന നിഷേധിക്കാനാവാത്ത ആ സത്യത്തിൽ ഉമ്മുമ്മ വിങ്ങിപ്പൊട്ടി. ഉമ്മാക്ക് അതിൽ പ്രത്യേകിച്ച് ദുഃഖങ്ങൾ ഒന്നും ഉണ്ടായതായി അനുഭവപ്പെട്ടില്ല. ഉമ്മുമ്മയുടെ ആ ദുഃഖത്തിൽ പങ്കുചേരാൻ ഉമ്മാക്ക് അറിയില്ല. എന്നാൽ യഥാർത്ഥത്തിൽ ഉമ്മാക്കത് അറിയില്ലെന്നതാണോ, അറിയില്ലെന്ന നാടകം കളിക്കുന്നതാണോ എന്ന ചിന്ത ആദ്യമായി അന്നത്തെ രാത്രിയിൽ എന്റെ ഉള്ളിൽ കടന്നുകൂടി.

ശരിയാണ്. ഉപ്പാനെ ഓർത്ത് വിഷമിക്കുന്നതൊക്കെയും ഉമ്മുമ്മയാണ്. മകൻ ഇസ്മയിലിന്റെ ഗുണ വിവരങ്ങൾ നിരത്തുന്നതും ഉമ്മുമ്മയാണ്. ഉമ്മാക്ക് ഉപ്പാനെ കുറിച്ച് അഭിപ്രായങ്ങൾ ഇല്ല. ഉമ്മാന്റെ പരുപരുത്തു പോയ ശബ്ദത്തിലെവിടെയും ഉപ്പാന്റെ പേരുപോലും തടഞ്ഞു കേട്ടിട്ടില്ല. മകൻ ഇസ്മയിലിനെ പറ്റിയുള്ള ഉമ്മുമ്മയുടെ വിവരങ്ങളൊക്കെയും ഉമ്മാന്റെ ഒറ്റനോട്ടത്തിന് മുമ്പിൽ നിശബ്ദമായി ചൂളി പോയിട്ടേ ഉള്ളൂ. എന്തുകൊണ്ട്? പലജാതി സംശയങ്ങൾ

ന്റുള്ളിൽ കിടന്ന് മറിഞ്ഞു തുടങ്ങി. ശരിയാണ് സംശയിക്കും. കാരണം ഞാനിപ്പോൾ പഴയ ആ കുട്ടിയല്ല ഒരു പെണ്ണാണ്. ഒത്തൊരു പെണ്ണ്. ഇനി അവിടുന്നങ്ങോട്ട് ഇങ്ങനെ പലതും ഞാൻ സംശയിച്ചു കൊണ്ടേയിരിക്കും. അങ്ങനെ സംശയങ്ങൾ കാടുകയറിയപ്പോൾ, അന്ന് ആദ്യമായി കാണുന്നതുപോലെ മുറിക്കകത്ത് രണ്ട് മൂലകളിൽ ചുരുണ്ടുകൂടി കിടക്കുന്ന ഉമ്മാനേം, ഉമ്മുമ്മാനേം ഞാൻ കണ്ടു. അവർ എനിക്ക് മുമ്പിൽ ഇപ്പോൾ പലജാതി ചോദ്യങ്ങളാണ്. ഉത്തരങ്ങളും.

ദീനിയാത്തും അമലിയ്യാത്തും അഹ്‌ലാക്കും താരീഹും പഠിച്ചിരിക്കണമെന്ന നിർബന്ധം ഉമ്മുമ്മാക്കുണ്ട്. പെണ്ണ് വയസ്സ് അറിയിച്ചാലും സന്മാർഗികബോധം കൈവരണമെങ്കിൽ ഇതൊക്കെയും പഠിച്ചിരിക്കണമെന്നാണ് ഉമ്മുമ്മാന്റെ ഭാഷ്യം. അതുകൊണ്ടുതന്നെ മദ്രസയിലെ ഏഴാം തരവും പൂർത്തിയാക്കിക്കോട്ടെ എന്ന ഉമ്മുമ്മായുടെ ആഗ്രഹത്തിന് മുമ്പിൽ ഉമ്മയും എതിരു നിന്നില്ല. അതിനു പിറകിൽ മറ്റൊരു കാരണവുമുണ്ടെന്ന് ഞാൻ സ്വയമങ്ങ് കണ്ടെത്തി. പഠനത്തിൽ നിന്നും ബഹിഷ്കൃതരായ സ്ത്രീകൾക്ക് വേണ്ടിയാണ് കവലയിൽ കച്ചവടം ചെയ്ത് ഉമ്മ എന്നെ പഠിപ്പിക്കുന്നതെന്ന്. ഉമ്മുമ്മന്റെ വാക്കുകളെ എതിർപ്പുകളില്ലാതെ ഉമ്മ അനുസരിക്കണമെങ്കിൽ അതിൽ കൂടുതൽ സ്വയം തൃപ്തിപ്പെടുത്തൽ ന്യായീകരണം ഒന്നും ഞാൻ നോക്കിയിട്ട് കാണുന്നുമില്ല. അതെന്തിരുന്നാലും വയസ്സറിയിച്ചതിന്റെ പിറ്റേന്ന് പ്രധാനമായും രണ്ടു കാര്യങ്ങളാണ് സംഭവിച്ചത്. ഉമ്മ മദ്രസയിൽ പോകാനിറങ്ങിയ ന്റെ കയ്യിൽ ഒരു ബ്ലേഡ് തന്നിട്ടു പറഞ്ഞു.

"പതുങ്ങിപ്പതുങ്ങി ചെല ഹറാംപൊറപ്പോള് എവിടെലൊക്കെ നിക്കണണ്ടാവും. കേറിപ്പിടിച്ച ഇതോണ്ട് നല്ല വര വരഞ്ഞോണ്ട്".

മറ്റൊന്ന് മദ്രസയിൽ പുതിയതായി വന്ന ഉസ്താദും. എന്നാൽ ഉമ്മ പറയുന്നതുപോലെ മുതിർന്നശേഷം എനിക്കുവേണ്ടി വഴിയരികിൽ കാത്തുനിൽക്കാനോ എന്നെ കയറിപിടിക്കാൻ പതുങ്ങി നിൽക്കാനോ അങ്ങനെ പ്രത്യേകിച്ച് ആരും ഉള്ളതായി എനിക്ക് തോന്നിയില്ല. ഉമ്മുമ്മ ആകട്ടെ പുതുതായി വന്ന ഉസ്താദിന്റെ സൽഗുണവിവരണങ്ങൾ ചോദിച്ച്, ന്നെ കൊണ്ട് പറയിപ്പിച്ച ആ കഥകൾ കേട്ട് ഉസ്താദിനോട് അനുസരണക്കേടും ധിക്കാരവും കാണിക്കരുതെന്ന് പ്രത്യേകം ഓർമിപ്പിച്ചു. ആ സാഹചര്യത്തിനിടയിൽ പരിശുദ്ധസത്തയെ ദർശിച്ച് സഹജീവിയോട് ആദരവും കരുണയും കാണിച്ചു ജീവിച്ചുമരിച്ച മകൻ ഇസ്മയിലിനെ പറ്റി ഓർക്കാനും, പറയാനും

അപ്പോൾ ഉമ്മുമ്മ മറന്നതുമില്ല. ഉമ്മ അപ്പോൾ ആ വീട്ടിൽ ഇല്ലാതിരുന്നിട്ടുകൂടിയും കാരണങ്ങൾ അറിയില്ലെങ്കിൽ കൂടിയും മകൻ ഇസ്മയിലിനെ കുറിച്ചുള്ള ഉമ്മുമാന്റെ ആ വിവരണം ഉമ്മ കേട്ടിരുന്നവെങ്കിൽ അവർ പുച്ഛത്തോടെ ഒരു നോട്ടം ഉമ്മുമ്മാക്ക് നേരെ പായിക്കുന്നതും, ചൂളിക്കൊണ്ട് ഉമ്മുമ്മ തലകുനിച്ചിരിക്കുന്നതും ഒരു തമാശയോടെ എങ്കിലും ഞാനപ്പോൾ വെറുതെ ഒന്നങ്ങ് സങ്കൽപ്പിച്ചു. എന്തൊക്കെയായാലും നിർഭാഗ്യകരമെന്ന് പറയട്ടെ, ഉമ്മുമ്മാനോട് പറഞ്ഞ അത്ര പരിശുദ്ധസത്തമായ ദർശനങ്ങൾ ഒന്നും ഉസ്താദിന് ഇല്ല എന്ന് കുറച്ച ദിവസങ്ങൾക്കുള്ളിൽ തന്നെ ഞാൻ തിരിച്ചറിഞ്ഞു. ആദ്യമൊക്കെ മദ്രസയിലെ ക്ലാസിലെ പെൺകുട്ടികളിൽ നിന്നും വേറിട്ട് പ്രത്യേകമായിന്റെ മുഖത്തേക്ക് സൂക്ഷിച്ച നോക്കിക്കൊണ്ടിരുന്ന പുതിയ ഉസ്താദിനെ എനിക്ക് ഇഷ്ടമായിരുന്നു. ഉസ്താദിന്റെ വാത്സല്യത്തിന്റെ നോട്ടം എന്നെയാണെന്ന് ഞാൻ എല്ലാവരോടും അഭിമാനത്തോടെ സമർത്ഥിച്ചു. എന്നാൽ ഏറെ വൈകാതെ ആ നോട്ടത്തിലെ അരുതായ്കയെ കുറിച്ച്, അത് വാത്സല്യത്തിന്റെ നോട്ടമല്ലെന്നതിനെക്കുറിച്ച് ഞാൻ തിരിച്ചറിഞ്ഞു. ശരീരത്തിന്റെ തുടുപ്പുകളിലേക്ക് നോക്കിയിരിക്കുന്ന ഉസ്താദിനെ ഞാൻ പേടിച്ചു. ഞാൻ മാത്രമല്ല, ആ ക്ലാസിലെ ഓരോ പെൺകുട്ടികളും, ആൺകുട്ടികളുമടക്കം അത് തിരിച്ചറിഞ്ഞെങ്കിൽ കൂടിയും അതേപ്പറ്റി ഞങ്ങൾ പരസ്പരം ഒന്നും പറഞ്ഞില്ല. അതേപ്പറ്റി ഞങ്ങൾക്ക് ഒന്നും സംസാരിക്കാൻ ഉണ്ടായിരുന്നില്ല.

ദിവസം പോകുംതോറും ഉസ്താദിന്റെ നോട്ടം വഷളായി വന്നു. വീണ്ടും ദിവസങ്ങൾ പോകുംതോറും പതിയെപ്പതിയെ ഉസ്താദ് ഞങ്ങൾ പെൺകുട്ടികളുടെ ബെഞ്ചിനു ചുറ്റും ചൂരൽ വടിയുമായി റോന്തുചുറ്റി തുടങ്ങി. വൈകാതെ ഉസ്താദ് അതൊരു പതിവ് ശീലമാക്കിയുമെടുത്തു. അതിനിടയിൽ എന്റെ ബെഞ്ചിനരികിലെത്തുമ്പോൾ വഷളൻ നോട്ടവുമായി അവിടെ ചുറ്റിപ്പറ്റി നിക്കുന്ന ഉസ്താദിന്റെ പുതിയ ശീലമാണ് എന്നെ ബുദ്ധിമുട്ടിച്ചത്. ഉള്ളത് പറഞ്ഞാൽ പകപ്പ് കാരണം ഓരോ ദിവസവും മദ്രസിലേക്ക് ഇറങ്ങുമ്പോൾ എന്റെ ചങ്ക് മിടിച്ചു തുടങ്ങി. ബെഞ്ചിന് അരികിൽ വന്നു നിന്നാലും ഉസ്താദ് ഒന്നും പറയില്ല. വെറുതെ നോക്കും. നോക്കി വഷളൻ നോട്ടവുമായി വെള്ളമിറക്കും. പിന്നെ പിന്നെ ഉസ്താദിന്റെ ഹരം കയ്യിലെ വടികൊണ്ട് ന്റെ മേത്ത് അങ്ങിങ്ങായി കുത്തിരസിക്കലായി.

“ഉസ്താദെ, മേത്തുള്ള കളിയൊന്നും വേണ്ടാ” ന്നോ, “സൂക്ഷിച്ചു കളിചോണ്ടീ.. ഇല്ലെങ്കി വെവരറിയും” ന്നൊക്കെ പലയാവർത്തി

പറയാൻ ആഗ്രഹിച്ചുവെങ്കിലും ന്റെ തൊണ്ടയിൽ നിന്നും ഒച്ച പൊന്തിയില്ല. ലവലേശം ധൈര്യപ്പെട്ടില്ല. അങ്ങനെ പേടിച്ചുവിറച്ച്, ഉസ്താദിനെ പറ്റി അത്ര ഉൽകൃഷ്ടമായ വിവരണങ്ങളൊന്നും തന്നെ ഉമ്മുമ്മാനോട് പറയാൻ ഇല്ലാതെ പോയ ഞാൻ ആകെമൊത്തം പരുങ്ങിനിന്നു. ശരീരത്തിൽ തുരന്നു കയറുന്നത് പേടിയും വിഷമോം ആണ്. ഇതൊന്നും ഉമ്മയോട് പറയുകവയ്യ. ഉമ്മുമ്മാനോടും പറയുക വയ്യ. അങ്ങനെ ദിവസം കൂടും തോറും താളം മാറി വരുന്ന, മൂകമാകുന്ന ന്റെ മനസിനെ ഉമ്മുമ്മ കണ്ടെത്തിയതും എളുപ്പത്തിലാണ്. എന്റെ മാറ്റത്തിൽ അവർ ആധിപെട്ടു. ഉമ്മുമ്മ വേവലാതിയോടെ ഉമ്മാന്റെ അടുത്ത് പറയുകയും ചെയ്തു.

"ഓൾക്ക് കാര്യമായി ന്തോ പറ്റീക്ക്ണ്ന്ന്. "

അതിന് ഉത്തരം പറയാൻ ഞാൻ ഒരുമ്പെട്ടതേയില്ല. ഉമ്മയാകട്ടെ ഉമ്മുമ്മാന്റെ വാക്കുകൾ കേട്ട ഭാവം പോലും കാണിച്ചതുമില്ല. ഉമ്മുമ്മ ഏതാണ്ട് മടയത്തരം പറയുന്ന എന്നമട്ടിൽ ഉമ്മ ലാഘവത്തോടെ മുഖം തിരിച്ചു. എനിക്ക് ഉമ്മാനോട് കടുത്ത അരിശം തോന്നി. ഇന്റെ ദുഃഖം മനസ്സിലാക്കാത്ത, അറിയാൻ ശ്രമിക്കാത്ത ഇവർ ന്റെ പെറ്റുമ്മ യാണോന്ന് പോലും ഞാൻ സംശയിച്ചു. അല്ലെങ്കിലും ദീനിബോധം വളർത്തിയെടുക്കാൻ എന്നെ മദ്രസയിലേക്ക് പറഞ്ഞയക്കുന്ന ഈ രണ്ട് പെണ്ണുങ്ങളോട് ഞാനെന്തു പറയാനാണ്. അന്നാദ്യമായി ഉമ്മുമ്മാന്റെ മകൻ ഇസ്മയിലിനെ, അല്ല ന്റുപ്പ ഇസ്മയിലിനെ കുറിച്ച് ഓർത്ത് ന്റെ കണ്ണുനിറഞ്ഞു. ഉപ്പ ഉണ്ടായിരുന്നെങ്കിൽ ഞാൻ ഉപ്പാനോട് തുറന്നുപറഞ്ഞേനെ ഉസ്താദിന്റെ ഹറാംപൊറപ്പുകൾ. അതുകേട്ട് ഉപ്പ ഉസ്താദിനെ പേടിപ്പിച്ചേനെ പുന്നാര മോൾക്ക് വേണ്ടി. സത്യം പറയാലോ ആ നിമിഷം എനിക്കുവേണ്ടി ഉസ്താദിനു മുമ്പിൽ ചങ്കുറ്റത്തോടെ, രണ്ട് വർത്തമാനം തന്റേടത്തോടെ പറയാൻ ഉപ്പ അരികിലില്ലാതെ പോയ കുറ്റബോധത്തിൽ ന്റെ ഉള്ളു വിങ്ങി. ഉമ്മുമ്മ പറഞ്ഞിട്ടുണ്ട് ദൈവം കാണിച്ചു തരുന്ന സത്യപാത നിഷേധിക്കുക യും ദൈവത്തിന്റെ താക്കീതുകൾ ധിക്കരിക്കുകയും ചെയ്യുന്നവരോട് ന്റുപ്പ പൊറുക്കുകയില്ലെന്ന്. അതെ ന്റുപ്പ ഉണ്ടായിരുന്നെങ്കിൽ തീർ ച്ചയായും ഉസ്താദിനോട് പൊറുക്കുകയില്ലായിരുന്നു. ഉപ്പാനെ കുറി ച്ചോർത്തപ്പോൾ ഉമ്മാനോട് എനിക്ക് അന്നാദ്യമായി കലശലായ കലി തോന്നി. സത്യപാതയിൽ മാത്രം ജീവിച്ചു മരിച്ച സന്മാർഗി യായ ന്റുപ്പ ഇസ്മയിൽ എന്ന സത്യത്തിനു മുമ്പിലാണ് ഒരു സത്യ നിഷേധിയെ പോലെ ന്റുമ്മ ഇക്കാലമത്രയും സർവ്വത്ര പുച്ഛത്തോടെ മുഖം തിരിച്ചത്. ഉപ്പാക്ക് മുൻപിൽ മാത്രമല്ല, ഇപ്പോൾ അവർ മുഖം

തിരിച്ചിരിക്കുന്നത് എന്റെ പരാധീനതകൾക്കും മുമ്പിലാണ്. അതെ, ഉപ്പയാണ് ശരി. സ്വന്തം വയറ്റിൽ കുരുത്ത മകളുടെ ആധി തിരിച്ചറിയാതെപോയ ഉമ്മയാണ് തെറ്റ്. മകൻ ഇസ്മയിലിനെ കുറിച്ച് ഓർത്ത് വിങ്ങിപ്പൊട്ടിയ ഉമ്മുമ്മയാണ് ശരി. എന്റെ ശരീരത്തിനെ ആർത്തിയോടെ നോക്കുന്ന ഉസ്താദാണ് തെറ്റ്. ഇങ്ങനെ നീളുന്ന ശരിതെറ്റുകളുടെ കണക്കുകൾക്കിടയിൽ എനിക്ക് എന്ത് പറയണമെന്നോ എന്തുചെയ്യണമെന്നോ അറിയില്ല. ഉസ്താദ് എന്ന കാട്ടുമൃഗത്തെ വെറുത്ത്, ന്റുമ്മാനെ വെറുത്ത് ന്റുമ്മുമ്മാനെ സ്നേഹിച്ച, അവരുടെ മകൻ ഇസ്മയിലിനെ സ്നേഹിച്ച ഇരുട്ട് മങ്ങിയ ആ രാത്രിയിൽ നിലത്തെ പുൽപ്പായയിൽ ഞാൻ കനത്ത ഏങ്ങലോടെ മുഖമമർത്തി. കാലത്തെഴുന്നേറ്റപ്പോൾ എനിക്ക് ഉമ്മാനോട് മിണ്ടാൻ തോന്നിയില്ല, മദ്രസയിൽ പോകാൻ തോന്നിയില്ല. ആ കിടത്തത്തിൽ നിന്നും എഴുന്നേറ്റില്ല, പല്ല് തേച്ചില്ല, കുളിച്ചില്ല, നിസ്കരിച്ചില്ല. ഉമ്മുമ്മയാകട്ടെ ഉമ്മ കവലയിൽനിന്ന് കച്ചവടം കഴിഞ്ഞ് തിരികെ വന്നപ്പോൾ ആധി പിടിച്ച് പേരക്കുട്ടിക്ക് സംഭവിച്ച മനോവ്യഥയിൽ വെപ്രാളപ്പെട്ടു. ന്റുള്ളിൽ ഏതോ ഷെയ്ത്താൻ കൂടിയതാണെന്നും, മോല്യാരെ കണ്ടു ഒന്നു ഊതിക്കണെമെന്നും ഉമ്മാനെ ഓർമിപ്പിച്ചു. എന്നാലിത്തവണ ഉമ്മ ഉമ്മുമ്മാക്ക് നേരെ വലിഞ്ഞുമുറുകിയ നോട്ടമോ, കഠിനമായ വാക്കുകളോ പായിച്ചില്ല. ഉമ്മ ഒന്നും പറഞ്ഞില്ല. ഉമ്മുമ്മ രാത്രിയിൽ പടച്ചോനോടും പിന്നെ മകൻ ഇസ്മയിലിനോടും കൊച്ചുമകളെ ഓർത്തുള്ള ആവലാതികൾ പങ്കിട്ടു കരഞ്ഞു. രാത്രിയിൽ പതിവില്ലാത്തവിധം ഉമ്മ എനിക്കരികിൽ കിടന്നു. ഞാൻ ഉറങ്ങിയിരുന്നില്ല. അതു മനസ്സിലാക്കിയിട്ട് ആയിരുന്നിരിക്കണം പുൽപ്പായയിൽ കിടന്നിരുന്ന എന്റെ തലമുടിയിൽ തലോടിക്കൊണ്ട് കവിളിൽ ചുംബിച്ചു കൊണ്ട് ഉമ്മ ചെവിയിൽ പതുക്കെ പറഞ്ഞു

“തോണ്ടുന്നോന്റേം കുത്തുന്നൊന്റേം നേരെ ചെറിയോരു നോട്ടം മതി. പക്ഷേങ്കില് നോക്കുമ്പോൾ തറപ്പിച്ചന്നെ നോക്കണം. അയ്നും പറ്റില്ലച്ചാ അന്റ്ല് ഉമ്മ തന്ന ആ സാധനല്ലേ. അത് എടുത്തൊണ്ടു”

എനിക്കെന്റെ ഹൃദയത്തെ വിശ്വസിക്കാൻ കഴിഞ്ഞില്ല. ഇന്നലെവരെ എന്റെ മനോവ്യഥകളെ അറിയാതെപോയ ഉമ്മ ഇന്നെങ്ങനെ മാറി, കാരണങ്ങൾ എങ്ങനെ അറിഞ്ഞു?ഈ ഉമ്മയെയാണോ ഞാൻ വെറുത്തത്. ഈ പാവം ഉമ്മാനോടാണോ എനിക്ക് അരിശം തോന്നിയത്. എന്തോ, ഞാനറിയാതെ കരഞ്ഞു. എന്റെ കരച്ചിൽ കേട്ടിട്ടോ എന്തോ ഉമ്മയും കരഞ്ഞു. ഉമ്മയുടെ കരച്ചിൽ എന്നെ കൂടുതൽ കരയിപ്പിച്ചു. ഉമ്മാന്റെ തേങ്ങലിന്റെ ശബ്ദം ഒരു

നെടുവീർപ്പായി മാറിയപ്പോൾ ഉമ്മ എന്നെ ആശ്ലേഷിച്ചു, ചുംബിച്ചു. പിന്നെ മാറോട് പറ്റിചേർത്ത് കിടത്തി പറഞ്ഞു

"നാളെ മദ്രസയിൽ പോയി തിരികെ വരുമ്പോൾ ഉമ്മ അനക്കൊരു കഥ പറഞ്ഞുതരണ്ട്. മാനഭംഗം ചെയ്തയാളെ മധ്യസ്ഥതയിൽ കല്യാണം കഴിക്കേണ്ടി വന്ന ഒരു പാവം പെണ്ണിന്റെ... "

പറഞ്ഞു തീരുന്നതിനു മുൻപേ ഉമ്മാന്റെ കണ്ഠമിടറി. ഉമ്മ കൂടുതൽ വിങ്ങിപ്പൊട്ടി. ഉമ്മാന്റെ പരുപരുത്ത ശബ്ദം ആദ്യമായി ന്റെ മുമ്പിൽ നേർത്ത് നേർത്ത് ഇല്ലാതായി. കൂടുതലായി അവർ ഒന്നും പറഞ്ഞില്ലെങ്കിലും ഉമ്മാന്റെ മുഖത്തേക്ക് നോക്കാൻ ഞാനപ്പോൾ ധൈര്യപ്പെട്ടില്ല. കാരണം എനിക്കറിയാം ആ മുഖമിപ്പോൾ വിളർത്തു കരുവാളിച്ച് പൊയിരിക്കുന്നുവെന്ന്. പാവം ന്റുമ്മ. എനിക്കന്ന് ജീവിതത്തിലാദ്യമായി ഉമ്മാനോട് സഹതാപം തോന്നി, മകൻ ഇസ്മയിലിന്റെ ഓർമ്മകളെ കെട്ടിപിടിച്ചു മുറിയുടെ മൂലക്കൽ ചുരുണ്ടുകൂടി കിടന്നു ഉറങ്ങുന്ന ഉമ്മുമ്മ മറിയുമ്മയോട് അത്രയും ആഴത്തിൽ വെറുപ്പനുഭവപ്പെട്ടു. നുണകളെ കൊണ്ട് ഒരു കാരാഗ്രഹം ഉണ്ടാക്കി ഇക്കാലമത്രയും എന്നെയതിൽ തളച്ചിട്ടതിന് ന്റുമ്മുമ്മാനെ അന്നാദ്യമായി ഞാൻ അത്രയേറെ ആഴത്തിൽ വെറുത്തു. കൂടുതൽ ആരും ഒന്നും പറഞ്ഞില്ലെങ്കിലും ആ രാത്രിയിൽ അങ്ങനെ എനിക്കുള്ള സകല ചോദ്യങ്ങൾക്കുമുള്ള ഉത്തരം ഞാൻ തന്നെ കണ്ടെത്തിയിരിക്കുന്നു. നോക്കു ന്റുപ്പാന്റെ പേര് ഇസ്മയിൽന്നായിരിക്കാം. പക്ഷേ ഞാനിപ്പോൾ ഉറക്കത്തിനിടയിൽ കണ്ണുകളടഞ്ഞു വീഴുമ്പോഴും ഓർക്കുന്നത് ഉമ്മുമ്മ പറഞ്ഞ ഒരു പഴയ കഥയാണ്. സ്വർഗ്ഗം മനുഷ്യന്റെ തറവാടാണ്. അവിടെയാണ് മനുഷ്യൻ പിറന്നുവീണതും. സർവ്വശക്തനായ അല്ലാഹു ആദമിനെ സൃഷ്ടിച്ചതും അതേ സ്വർഗ്ഗത്തിലാണ്. ആ സ്വർഗ്ഗത്തിൽനിന്നും അല്ലാഹു ആദമിനെയും ആദമിന്റെ വാരിയെല്ലിൽ നിന്നും ഒരെണ്ണം ഊരിയെടുത്ത് സൃഷ്ടിച്ച ഹവ്വയെയും വിലക്ക് ലംഘിച്ചതിന്റെ പേരിൽ പുറത്താക്കി ഭൂമിയിലേക്ക് പറഞ്ഞയക്കുമ്പോൾ പറഞ്ഞുവത്രേ ഇത് സ്വർഗ്ഗമാണ്, കക്കൂസ് ഇവിടെയില്ല ഭൂമിയാണ് കക്കൂസ് എന്ന്...

രാവിലെ എഴുന്നേറ്റ് കുപ്പായം മാറുമ്പോൾ ഉമ്മ അരികിൽ വന്നു പറഞ്ഞു, "ബാഗിനകത്തെ ബ്ലേഡ് മാറ്റി പുതിയൊരെണ്ണം വെച്ചിട്ടുണ്ട്"ന്ന്. "പഴേത് തുരുമ്പിച്ചിരിക്കുന്നു". മറുപടിയായി ഒന്നും പറഞ്ഞില്ല. ഞാൻ എന്റെ തലമുടി ചീകി ചീകി തിളക്കം വരുത്തി. തിളക്കം വരുത്തിയ തലമുടിക്ക് മുകളിലൂടെ മഫ്ത വരിഞ്ഞുമുറുക്കി ഒതുക്കി വെച് ബാഗെടുത്തു മകൻ ഇസ്മായിലിന്റെ ഓർമകളിൽ ജീവിക്കുന്ന

ഉമ്മുമ്മാക്ക് മുഖം കൊടുക്കാതെ, മുഖംതിരിച്ച് മദ്രസയിലേക്ക് ഇറങ്ങുമ്പോൾ ഒരു പുഞ്ചിരിയോടെ ചോദിച്ചു

"ബ്ലേഡിന് മൂർച്ചയുണ്ടോ ഉമ്മാ"?

വിറക്

വിറകില്ല.

പേരിന് പോലും ഒരൊറ്റ വിറകില്ല സ്വന്തമായി. മുടക്കമില്ലാതെ വീട്ടിലുള്ളവർക്ക് വെച്ചു വിളമ്പണമെങ്കി വിറക് വേണം. വീട്ട് ചെലവിനുള്ള കാശ് പോലും നേരാവണ്ണം കൈയിലില്ലാത്ത ലീലാമ്മ ഇരട്ടി ദൂരം അപ്പുറത്തു നിന്നാണ് അരിഷ്ടിച്ചുണ്ടാക്കിയ പണം കൊടുത്തു വിറക് വാങ്ങുന്നത്. കൈയിലൊരു വകയില്ലാത്ത ലീലാമ്മ വിറക് വാങ്ങി മുടിഞ്ഞു മുടിഞ്ഞു നാറാണക്കല്ലെടുത്ത അവസ്ഥയാണ്. അടുക്കളയിൽ തീ പുകയുമ്പോഴും, കഞ്ഞി വേവുമ്പോഴുമൊക്കെ ലീലാമ്മയുടെ കണ്ണുകൾ നിറഞ്ഞു തൂവും. അപ്പൻ ചത്തുപോയ കൊച്ചുങ്ങളെ സമൃദ്ധമായി വളർത്താൻ പോലും ആവതില്ലാത്ത താൻ ആകെ കൈയിലുള്ളതും കൂടി എണ്ണി പെറുക്കി വിറക് വാങ്ങി തീർക്കാണല്ലോ എന്നോർക്കുമ്പോൾ അവർക്ക് സഹിക്കാൻ കൂടി പറ്റില്ല. അടുപ്പിലെ വിറക് കനലായി എരിഞ്ഞു തീരുമ്പോൾ ഉള്ള് പൊള്ളുന്നത് ലീലാമ്മക്ക് കൂടിയാണ്.

എന്നിട്ടെന്തായി.

അടുക്കളജീവിതമൊഴിഞ്ഞു, പ്രായത്തിന്റെ വാർധക്യതളർച്ചയിൽ കട്ടിലിൽ മരണം കാത്തു കിടക്കുമ്പോൾ ലീലാമ്മയുടെ മനസ്സിൽ വിറകുകൾ നിറഞ്ഞു കൂടി. അവർ വരുന്നവരോടും പോകുന്നവരോടുമായി പുലമ്പി കൊണ്ടേയിരുന്നു.

ചത്ത കുഴിച്ചിട്ടോണ്ടു. ദഹിപ്പിക്കണ്ട. എന്തിനാണ് വിറകൊക്കെ കത്തിച്ച പൈസ വെറുതെ കളയണതല്ലേ!!!

കണക്കെടുപ്പ്

രോഗത്തിന്റെ കടുപ്പം കൂടിയത് കൊണ്ടാണ് എനിക്കെന്റെ ജീവിതത്തിന്റെ ഉത്സാഹവും ആവേശവും വല്ലാതങ്ങ് നഷ്ടപ്പെട്ടു പോയത്. ഉടക്കിവലിയുന്ന ശാരീരികക്ലേശങ്ങൾ കൊണ്ട് നേരേചൊവ്വേ ഒന്ന് തിരിഞ്ഞും മറിഞ്ഞും കിടക്കാൻ പോലും ആവതില്ലാതായി തുടങ്ങിയിരിക്കുന്നു. പേരിനൊന്ന് ചിരിക്കാൻ പോലും മറന്ന് ഓങ്കോളജി വാർഡിലിങ്ങനെ സഹിക്കാൻ വയ്യാത്ത വേദനയുമായി എത്ര ദിവസങ്ങളായി തള്ളി നീക്കുന്നു. കുത്തുന്ന വേദനകൾക്കിടയിൽ, ഒരാൾ ദയനീയമായി സ്വന്തം ജീവിതത്തിന്റെ മരണകണക്കുകൾ എണ്ണിയെണ്ണിയിരിക്കുക എന്നത് ദാരുണമായ സംഗതി തന്നെയാണ്. കണ്ണുകളിൽ നിന്ന് പ്രതീക്ഷകൾ പടിയ റിങ്ങി പോയതിൽ പിന്നെ കുഴിഞ്ഞു വീണ കണ്ണുകൾ കാണാൻ വയ്യാത്തത് കൊണ്ട് ഭിത്തിയിലെ കണ്ണാടിയിൽ നോക്കാൻ പോലും സാധിക്കാറെ ഇല്ല എനിക്കിപ്പോൾ. അല്ലെങ്കിലും പ്രസന്നമായൊന്നു ചിരിക്കാൻ പോലും മറന്ന എന്നെ ഞാനെന്തിനാണ് കാണേണ്ടുന്നത്.

നിങ്ങൾക്കറിയാമോ?

കൂട്ടത്തിലിപ്പോൾ ധൈര്യം തരുന്ന മുഖങ്ങളെവിടെയും കാണാൻ പോലും കിട്ടുന്നില്ല. കിട്ടുന്ന നോട്ടമൊക്കെയോ ഉള്ളിൽ കൊണ്ടു പോകുന്നതും.

എന്റെ മുന്നിൽ നിൽക്കുന്ന ഈ സ്ത്രീയെ തന്നെയൊന്ന് സൂക്ഷിച്ചു നോക്കിയേ. കരച്ചിലൊരു ആഘോഷമാക്കിയത് പോലെ, കണ്ണുകൾ എന്നിലേക്ക് കൊരുത്തിവെച്ചാണവർ കണ്ണീർവാർക്കുന്നത് . ഞാൻ

എന്ത് പറയാനാണ്. ഞാൻ ഇങ്ങനെ ഒന്നും മിണ്ടാതിരിക്കുന്നത് കൊണ്ടാണ് അവർ ആവലാതികൾ ഇങ്ങനെ പുലമ്പുന്നതെന്ന് എനിക്കുമറിയാം.

നോക്കിയേ നെഞ്ചിലെന്തൊരു കനം എടുത്തു വെക്കുന്ന വർത്താനമാണ് ഇവര് പറയുന്നത്. കരഞ്ഞു കണ്ണീർ കവിളിലേക്ക് വീഴ്ത്തി തേങ്ങി തേങ്ങി തേങ്ങലിനിടയിലൂടെ ഇവർ പറഞ്ഞൊപ്പിക്കുന്ന വർത്താനങ്ങൾ എന്തൊക്കെയാണെന്ന് കേട്ട് നോക്കിയേ

"എന്തൊരു തടിയായിരുന്നു ന്റെ കുഞ്ഞിനെന്ന്. "

"കുടുംബടക്കി ഈ ആശ്പത്രി കിടക്കാനാ യോഗം. ഓന്റ തന്തേം തള്ളേം ഇവിടെ കിടന്നുറങ്ങി, ഇവിടെ കിടന്നു ചത്തു. ഇപോ ഓനും.... ന്നാലും ഈ കോലം കാണുമ്പോഴാ... ജീവൻ എങ്കിലും ബാക്കി വെച്ച മതിയായിരുന്നു ഈശ്വരാ".

അമർത്തിയൊന്ന് കാലു നിലത്തുറപ്പിക്കാനാവാത്ത എന്നെ ചേർത്തു പിടിക്കണ്ടതിന് പകരം ഇവരിങ്ങനെ നോക്കി പറയണതൊക്കെ കേൾക്കുമ്പോ എനിക്കുണ്ടാകുന്ന സങ്കടം എന്ത്മാത്രം വലുതാണെന്നറിയോ. ഏത് ബന്ധം പറഞ്ഞാലും മനുഷ്യന്മാരെ ഈ വർത്താനം ഒക്കെ എത്രീസം, എത്രേരം കേട്ട് നിക്കാൻ പറ്റും. അതും എന്നെപോലൊരാൾക്ക്.

കരഞ്ഞു വീർത്ത അവരെ മുഖത്തു നോക്കി എല്ലാം ശരിയാവും ന്നൊക്കെ പറഞ്ഞു സമാധാനിപ്പിച്ചവരെ പറഞ്ഞയക്കാൻ എനിക്കും ധൃതിയായി പോകുന്നു. തെറ്റ് പറയാൻ പറ്റോ. ഇല്ലെങ്കി അവരുടെ വാക്കുകളുടെ കനം കനത്തു കനത്തു ഞാൻ ചങ്ക് പൊട്ടി മരിച്ച പോയാലോ? റിൽസറ്റ് വന്നത് മുതൽക്ക് മുടങ്ങാതെ ചെക്കപ്പും ട്രീറ്റ്മെന്റും നടത്തി , വേദന മുറുകിപെരുകിയാണ് ജീവിക്കുന്നത് തന്നെ. യാത്രക്ക്, ചികിത്സക്ക്, മരുന്നിന്-എത്രയെത്ര പണമാണ് ചെലവിട്ടത്. കാലേ കൂട്ടി സ്വരുകൂട്ടി വെച്ച പണം ഒന്നുമല്ലല്ലോ. ആകെയുള്ള രണ്ട് സെന്റ് സ്ഥലം വിറ്റ് നേടിയതാണ്. അതുകൊണ്ടാണ് ഇക്കണ്ട ചിലവൊക്കെ നടക്കുന്നത് തന്നെ. കൂടെ നിക്കാൻ കൂട്ടിന് വരാൻ പോലും ആരുമില്ല. ആകെയുള്ളത് ഇടക്കിടെ പയ്യാരം പറയാനായി കട്ടിൽ തലക്കൽ വന്നിരിക്കുന്ന ഇത്പോലുള്ള ഏതേലും ബന്ധുക്കളോ നാട്ടുകാരോ ആണ്. വല്ലാത്ത തളർച്ച തന്നു തുടങ്ങിയിരിക്കുന്നു ഇവരൊക്കെക്കൂടി.

ദയനീയമായി കണ്ണോടിച്ച് നെടുവീർപ്പിട്ടു തേങ്ങുന്ന ആ സ്ത്രീയോട് കുഴപ്പമില്ല എല്ലാം ശരിയാവുമെന്നൊക്കെ പറഞ്ഞവരെ ഉന്തി തള്ളി

അരികിൽ നിന്ന് പറഞ്ഞറിയിക്കുകയല്ലാതെ എനിക്കിപ്പോൾ വേറെ നിവൃത്തി ഒന്നുമില്ലല്ലോ. എന്തായാലും വിതുമ്പലൊതുക്കാൻ പാട് പെട്ട് എന്റെ കൈത്തുമ്പ് തൊട്ട് പോട്ടെ മോനെ എന്നും പറഞ്ഞവർ തിരിഞ്ഞു നടക്കുമ്പോഴേക്കും ഉലഞ്ഞു പോകുന്നത് എന്റെ മാത്രം ഹൃദയമാണ്. അതാര് കാണാനാണ്. ഉള്ള അസ്വസ്ഥതകളെ ഒന്നുകൂടെ ഭംഗിയായി പുതുക്കി പണിഞ്ഞാണ് അവർ പോകുന്നത് തന്നെ. ഇത്തരം സ്നേഹപ്രകടനങ്ങൾ കൊണ്ടെന്നെ വീർപ്പുമുട്ടിക്കുവാൻ ഇനിയും ആരൊക്കെ വരുമെന്നോർക്കുമ്പോഴാണ് എന്റെ പേടി ഇരട്ടിക്കുന്നതും.

അവർ നടന്നു പോയ വഴിയേ നോക്കി

"ഇന്ന് മന്ത്രവാദക്കാരും, ഒറ്റമൂലിക്കാരു"മൊന്നും വന്നില്ലേ എന്ന ഇൻജക്ഷൻ വെക്കാൻ വന്ന നേഴ്സിന്റെ ചോദ്യം കൂടി കേട്ടപ്പോൾ അറിയാതെയെങ്കിലും ഞാൻ തലയറിഞ്ഞു ചിരിച്ചു പോയതിൽ തെറ്റ് പറയാൻ പറ്റുമോ. എന്റെ ചിരി കണ്ടിട്ടാകണം ട്രേയുമായി പുറത്തോട്ടിറങ്ങുമ്പോൾ നേഴ്സും ഒന്ന് പതുക്കെ ചിരിച്ചത്. അല്ലെ?

ഏതായാലും അവർ പോയി കഴിഞ്ഞപ്പോഴാണ് എന്റെ നെഞ്ചിലൊതുക്കി പിടിച്ച കരച്ചിലെല്ലാം കൂടി പുറത്തോട്ട് ഒന്നിച്ചങ്ങ് വീണത്. തലയണയിൽ മുഖം ചേർത്തു ഞാൻ വല്ലാതെ തേങ്ങി കരഞ്ഞു. മുഖം പൂഴ്ത്തി കുറെയങ്ങ് കരഞ്ഞപ്പോൾ പെട്ടെന്ന് എനിക്കെന്തോ എന്റെ മുഖം കാണാൻ തിടുക്കം തോന്നി. വേച്ചും വലിഞ്ഞും ഞാൻ വീങ്ങി തുടുത്ത കരഞ്ഞ കണ്ണുകളുമായി എണീറ്റു കണ്ണാടിയിൽ നോക്കി.

അപ്പോഴതാ ശോഷിച്ച കണ്ണുകളിൽ നിന്ന് എന്റെ ജീവിതം കണ്ണാടിയിലേക്ക് നീളുന്നു. ചങ്ക് നീറുന്നു. മുഖത്തു വിയർപ്പ് പൊടിയുന്നു. ഉള്ളു വേവുന്നു. ഓഹ്. വയ്യ . എനിക്ക് വയ്യ. എനിക്ക് നോവുന്നു. ഞാൻ കിടക്കട്ടെ. എനിക്ക് നാളെ കീമോയുണ്ട്.

പ്രണയാനന്ദങ്ങൾ

സാന്റോമരിയ നദീതീരത്ത് നാട്ടിയ പനാമ പതാകയിലേക്ക് ചൂണ്ടി കാണിച്ച് കൊണ്ട് ഡേവിഡ് പറയുകയുണ്ടായി.

"നോക്കു ദിനഷ്ക മനോരീ, നീലയും വെള്ളയും ചുവപ്പും ചേർന്ന ഈ പനാമ പതാകയുടെ ചരിത്രം നിനക്കറിയാമോ? ഇല്ലായിരിക്കുമല്ലെ? എങ്കിൽ കേട്ടോളൂ, ഈ പതാകയിൽ കാണുന്ന നീല നക്ഷത്രം പോലെയാണ് എനിക്ക് നിന്നോടുള്ള പ്രണയം. നീല നക്ഷത്രം സൂചിപ്പിക്കുന്നതെന്തിനെയാണെന്നോ. പരിശുദ്ധിയെ, സത്യസന്ധതയെ. അതെ മനോരീ... ഞാൻ നിന്നെ അത്രയേറെ അഗാധമായി പ്രണയിക്കുന്നു. അതത്രമേൽ പരിശുദ്ധവും, സത്യസന്ധവുമാണ്..."

ഡേവിഡിന്റെ വാക്കുകളിലെവിടെല്ലാമോ കൽക്കട്ട നഗരിയിലെ അലക്കുകാരൻ മോത്തിലാലിന്റെ ഓർമ്മപ്പെടുത്തലുകളുണ്ടായിരുന്നു. ഏതെല്ലാമോ അഭിനിവേശത്തെ മറച്ച് കൊണ്ട് ഫ്ലാറ്റ് മുറിയിലെ ശ്മശാന നിശബ്ദതയോളം ഏകാന്തമായ തന്റെ ജീവിതത്തിലേക്ക് പ്രണയത്തിന്റെ മൂടുപടമണിഞ്ഞ് ആദ്യമായി വന്നയാൾ. വേർപിരിഞ്ഞ രണ്ട്പേർക്കിടയിലെ ഏക ബാധ്യതയായ, മാസാമാസം അക്കൌണ്ടിൽ നിറയുന്ന പണം മാത്രം കൂട്ടിനായുള്ള ഒറ്റപ്പെട്ട ജീവിതത്തിൽ തന്റെ ഭാവനയിൽ സങ്കൽപ്പിച്ച കൂട്ടാനാകുന്നതിനുമപ്പുറം സ്നേഹം തന്ന ആ ഏക മനുഷ്യനിൽ നിന്ന് അകലുവാനും ഒഴിഞ്ഞുമാറാനുമാകാതെ അയാൾക്കൊപ്പം കൽക്കട്ടയിലെ ലോഡ്ജ്മുറികളെല്ലാം കയറിയിറങ്ങി ആ നാല്പതുകാരന് മുമ്പിൽ സ്നേഹം നഷ്ടപ്പെടാതിരിക്കാനായി ശരീരം വിട്ട് കൊടുത്ത ഒരു

പതിനാറുകാരി!!... നിമിഷങ്ങളുടെ ലഹരികളിൽ അയാൾ അപ്പോഴൊക്കെയും പറയുമായിരുന്നു. മനോരീ ഞാൻ നിന്നെ അത്രമേൽ സ്നേഹിക്കുന്നുവെന്ന്. വേദനാകരമായ അന്ത്യത്തോടെ ഒടുക്കം മുഖം ചുളിച്ച് കൊണ്ട് അയാൾ നിർദാക്ഷിണ്യം ഒരു സുപ്രഭാതത്തിൽ പറയുകയുണ്ടായി

"മനോരീ, എനിക്കൊരു ഭാര്യയുണ്ട്, രണ്ട് മക്കളുണ്ട്. ഇപ്പോൾ തന്നെ ഈ ബന്ധം നഗരത്തിൽ ഒരു ചർച്ചയായി കഴിഞ്ഞിരിക്കുന്നു. ഇനി ഇതവരുടെ ചെവിയിൽ കൂടി എത്തുന്നതിന് മുമ്പ് എല്ലാം അവസാനിപ്പിക്കാം. നീ ചെറുപ്പമാണ്. ശരീരസുഖം കണ്ടെത്താനായി നിനക്കിവിടെ മറ്റൊരാളെ കണ്ടെത്താൻ വളരെ എളുപ്പമാകും... ദയവ് ചെയ്ത്..."

ആ വാക്കുകളിലയാളുടെ മനസ്സറിഞ്ഞു. സ്വയം പരിശുദ്ധമെന്ന് വിശ്വസിച്ച പ്രണയത്തിന് മുകളിലാണയാൾ വൈകൃതത്തിന്റെ ആ കനത്ത പാറക്കെട്ട് കയറ്റി വെച്ചത്. ഹൃദയത്തിൽ തറച്ച് കയറിയ വാക്കുകൾ കേട്ടിട്ടും വിതുമ്പലോടെ പിന്മാറിയത് സന്മനസ്സും, സന്നദ്ധതയും കൊണ്ടല്ല. അയാൾ തന്നെ അർഹിക്കുന്നില്ലെന്ന ബോധ്യത്തിലാണ്. വീണ്ടുമൊരിക്കൽ കൂടി ആരാരുമില്ലാതായ ഫ്ലാറ്റിലെ നിരർത്ഥകമായ ഒറ്റപ്പെട്ട ജീവിതത്തിൽ പ്രണയം തന്ന തിക്താനുഭവങ്ങളിലൊതുങ്ങി കൂടി കഴിയുമ്പോൾ പലപ്പോഴും വിഴുപ്പുകളലക്കി വെളുപ്പിച്ച് തെരുവിലൂടെ നടന്നകലുന്ന മോത്തിലാൽ എന്ന ആ അലക്ക്ക്കാരനെ മുറിക്കുള്ളിലെ ജനൽ വിടവിലൂടെ കാണുമായിരുന്നു. അയാളുടെ മനസ്സിലടിഞ്ഞു കൂടിയത്ര അഴുക്കൊന്നും ആ വിഴുപ്പിൽ പോലും കാണില്ലെന്നോർത്തപ്പോഴെല്ലാം മനസ്സ് അറച്ചു.

കാലങ്ങൾ പിന്നെയും മുമ്പോട്ട്.

കൽക്കട്ട യൂണിവേഴ്സിറ്റിയിലെ ലൈബ്രറിയിൽ വെച്ചാണ് സുനീർ മിത്രയെ ആദ്യമായി കണ്ട് മുട്ടുന്നത്. അന്യമതസ്ഥനായ അയാളുടെ സൗഹൃദം ഒടുവിൽ പ്രണയാഭ്യർത്ഥനയായി രൂപാന്തരം പ്രാപിച്ചു. തെന്നി മാറുവാൻ നോക്കി. സാധിച്ചില്ല. ഒടുക്കം മനസ്സിൽ ഒളിപ്പിച്ച് വെച്ച, ഹൃദയം അശ്രുവാൽ നനച്ചെടുത്ത ഓർമ്മകൾ ഒരിക്കൽ കൂടെ പരതി. അങ്ങനെയാ വെറുക്കപ്പെട്ട ചരിത്രം അയാൾക്ക് മുമ്പിൽ തുറന്ന് വെച്ചപ്പോൾ അയാൾ ലൈബ്രറിയിൽ വെച്ച് പറയുകയുണ്ടായി

"മോത്തിലാൽ, അയാൾ വൃത്തികെട്ടൊരു പിശാചാണ്. നീ എന്നെ സ്നേഹിക്കു ദിനേഷ്ക. സ്വർഗ്ഗീയമായ ഒരു പ്രണയജീവിതം

നിനക്ക് ഞാൻ കാണിച്ച് തരാം"

നെഞ്ചിനകത്തടിഞ്ഞ് കൂടിയ പ്രണയ തിക്താനുഭവവും, സ്നേഹദാഹവും ശക്തമായി തമ്മിലേറ്റുമുട്ടി. ഒടുവിൽ പ്രണയത്തിന് കീഴ്പ്പെടുക തന്നെ ചെയ്തു. ഇത് പ്രണയത്തിലെ മറ്റൊരാനന്ദമാണെന്നറിഞ്ഞു. തികച്ചും സ്വർഗ്ഗീയാനന്ദം. എന്നിട്ടും വിവാഹമെന്നൊരു ഘട്ടമെത്തിയപ്പോൾ , തന്റെ മതത്തിലേക്ക് മാറിയാലെ നിന്നെ ഞാൻ വിവാഹം ചെയ്യൂ എന്ന സുനീറിന്റെ ധാർഷ്ട്യത്തിന് മുമ്പിൽ പ്രണയത്തിന്റെ തോൽവി ഒരിക്കൽ കൂടി തിരിച്ചറിഞ്ഞു. വിശ്വാസത, അത് നഷ്ടപ്പെട്ടാൽ നഷ്ടപ്പെട്ടത് തന്നെ. വളരേയേറെ ആലോചിച്ച് നോക്കിയതിന് ശേഷമാണ് നെഞ്ച് വിങ്ങിപ്പൊട്ടി പുളഞ്ഞ് മറിഞ്ഞിട്ടും ഒടുവിൽ അയാളോടൊപ്പമുള്ള പ്രണയജീവിതവും, ഭാവിജീവിതവും തിരസ്കരിക്കുവാൻ തയ്യാറായത്. കുറ്റപ്പെടുത്തലുകളുമായി അയാളുടെ കവിളിൽ പടർന്ന കണ്ണീർ തുടച്ചെടുത്തപ്പോൾ താൻ പറഞ്ഞു

"നിങ്ങൾക്കിതൊന്നും മനസ്സിലാവുകയില്ല". വാസ്തവത്തിൽ പിന്നീട്, അത്യധികം വേദനയോടെ ചരിത്രം പഠിച്ചവൾ സ്വന്തം ചരിത്രം ഓർക്കവയ്യാതെ പ്രണയങ്ങൾ തീർത്ത പരാജയങ്ങളിൽ കൽക്കട്ടയിൽ നിന്നോടിയൊളിക്കുകയാണുണ്ടായത്. പനാമയിലേക്ക്. ഇനിയൊരു പ്രണയം ഉണ്ടാകില്ലെന്നുറപ്പിച്ചപ്പോഴാണ് നിനച്ചിരിക്കാതെ ഡേവിഡ് എന്ന വെള്ളക്കാരൻ ജീവിതത്തിൽ പടികയറി വരുന്നതും, പ്രണയത്തിലകപ്പെടുന്നതും. എല്ലാത്തിനുമൊടുവിൽ ലീവിംഗ് ടുഗദർ എന്ന അവളുടെ ആജീവനാന്ത കരാറിൽ സമ്മതിച്ച് കൊണ്ട് അവർ ഒരുമിച്ച് സെയനോ തീരത്തെ വില്ലയിൽ ജീവിതം തുടങ്ങി. കൊളോണിലും, സാന്തിഗലിറ്റോയിലുമെല്ലാം കൈകോർത്തു നടന്നു. പ്രണയിക്കുക ജീവിതാന്ത്യം വരെയും, സ്നേഹം പങ്ക് വെക്കപ്പെടാനിടയിൽ മക്കളില്ലാതെ, പേരക്കുട്ടികളില്ലാതെ പരസ്പരം സ്നേഹിച്ച് കൊണ്ടേയിരിക്കുക. ആഹാ!! എത്ര മനോഹരമായ പ്രണയം.

ഡേവിഡ് തുടർന്നു "നോക്കൂ മനോരി, നമ്മുടെ പ്രണയം ഇനിയും കൂടുതൽ അർത്ഥവത്താകണമെങ്കിൽ നമുക്കിടയിൽ ഒരു സാനിധ്യം വേണം. ഒരു കുഞ്ഞിന്റെ"

കരാർ ലംഘിക്കപ്പെടുന്നതിൽ ഉള്ളിന്റെ ഉള്ളിലൊരു പെടപ്പോടെ പാതി അവിശ്വസനീയതയിൽ മനോരി ചോദിച്ചു

"കുഞ്ഞ്??"

"അതെ കുഞ്ഞ്"

“സാധ്യമല്ല”-അവൾ പറഞ്ഞു

അയാൾ പൊട്ടിത്തെറിച്ചു “എന്ത് കൊണ്ട് സാധ്യമല്ല? വെറുതെ എന്നെ സ്നേഹിക്കാൻ മാത്രമുള്ളതല്ല, അനുസരിക്കാൻ കൂടിയുള്ള താണ് നീ. ഒരു കുഞ്ഞ് നമുക്കിടയിൽ അനിവാര്യമാണ്. പറ്റില്ല എങ്കിൽ നിന്നെ എനിക്കാവിശ്യമില്ല”

ഇത്തവണ അവൾ ചിരിച്ചു. വീണ്ടും വീണ്ടും ചിരിച്ചു. പിന്നെയത് മുഴക്കമുള്ള കൈകൊട്ടിചിരിയായി. ഒരാവിശ്യവുമില്ലാത്ത അവളുടെ ആ ചിരിയിൽ ഭ്രാന്തായി പോയോ എന്ന ചിന്തയിലെ കഠിനമായ ഭയത്തിൽ അയാൾ അന്ധാളിച്ചു.

ചിരി അടക്കി പിടിച്ചു കൊണ്ടപ്പോൾ അവൾ പനാമ പതാകയി ലേക്ക് ചൂണ്ടി കൊണ്ട് പറഞ്ഞു

“നോക്കു ഡേവിഡ്, നിങ്ങളുടെ പ്രണയത്തെ ഈ പതാകയിലെ നീല നക്ഷത്രത്തോടല്ലെ നിങ്ങൾ ഉപമിച്ചത്. എങ്കിൽ എന്റെ പ്രണയ ത്തെ ഞാൻ ഈ പതാകയിലെ ചുവന്ന നക്ഷത്രത്തോട് ഉപമിക്കുന്നു. ചുവന്ന നക്ഷത്രം സൂചിപ്പിക്കുന്നതെന്തിനെയാണെന്നോ?അധികാര ത്തെ, നീതിയെ!!!അതെ ഡേവിഡ്, എന്റെ പ്രണയങ്ങൾ എക്കാലവും ഇങ്ങനെയായിരുന്നു. അധികാരം. നിങ്ങളെല്ലാമെന്നിൽ സ്ഥാപി ച്ചെടുക്കുമ്പോൾ നീതിയെനിക്ക് നഷ്ടപ്പെടുന്നു... അത് കൊണ്ട് ഇല്ല ഡേവിഡ്, ഇനി ഞാൻ നിങ്ങളെയെന്നല്ല ആരേയും പ്രണയിക്കില്ല. എല്ലാം ഇപ്പോഴവസാനിപ്പിക്കുന്നു. ഗുഡ്ബൈ.

ഒരു പുനർചിന്തക്ക് കൂട്ടാക്കാതെയവൾ തിരിഞ്ഞു നടക്കുമ്പോൾ പിറകിൽ അയാളുടെ മനോരീ എന്ന പിൻ വിളിയിൽ കുറ്റബോധത്തി ന്റെ വിങ്ങിപ്പൊട്ടലുകളവള്ക്കപ്പോൾ കേള്ക്കാമായിരുന്നു. അന്നവൾ ജീവിതത്തിൽ ആദ്യമായി വിജയത്തിന്റെ ആനന്ദമറിഞ്ഞു. പ്രണയ ത്തിൽ വിജയിച്ചവളുടെ!!!!

ചൂര്

1

രണ്ടാംശനിയുടെ അർദ്ധരാത്രിയിലാണ് ത്രേസ്യാകൊച്ചിന് വല്ലാത്തൊരു പരവേശം കൂടിയത്. ചെത്തുക്കാരൻ തീയ്യൻ ചെക്കന്റെ ചൂരിനോട് കമ്പം കയറിയത് മുതൽക്ക് ത്രേസ്യാകൊച്ചിന് അങ്ങനെയാണ്. മാപ്പിള ഗീവർഗീസിനെ കാണമ്പോ കലി കയറി തുടങ്ങും. പരിശുദ്ധാത്മാവ് നഷ്ടപെട്ടവളെ പോലെ മാപ്പിളയെ ഉള്ളാലെ എപ്പോഴും പ്രാകി കൊണ്ടേയിരിക്കും . കട്ടിലിൽ കിതപ്പോടെ തന്റെ മേൽ കൈവെപ്പാൻ, അമരാൻ മാപ്പിള മുതിരുമ്പോഴൊക്കെയും മാപ്പിളയുടെ ചൂരിൽ ത്രേസ്യാകൊച്ച് മനംപിരട്ടലോടെ

'ഓ... വയ്യ... നാളെയാവട്ടു മാപ്പിളെ'

എന്നും പറഞ്ഞു ഒഴിഞ്ഞു മാറും. തീയ്യൻ ചെക്കന്റെ ചൂര് ഉള്ളിൽ കിടന്ന് മറിയുന്ന അതികാലങ്ങളിലെല്ലാം ത്രേസ്യാകൊച്ച് ആരോടും മിണ്ടാതെ ഏതെലുമൊരു സ്ഥലത്തു ചെന്ന് കർത്താവിനോട് ഉള്ളുരുകി പ്രാർത്ഥിക്കും

'ഒ. ന്റെ കർത്താവേ... ആ തീയ്യൻ ചെക്കന്റെ ചൂര് പറ്റാൻ അടിയനൊരൊറ്റ അവസരമൊരുക്കണെ"

ദുഃഖവെള്ളിയുടെയന്ന് പള്ളിപിരിഞ്ഞു വരുമ്പോഴാണ് ആദ്യമായി ത്രേസ്യാകൊച്ച് തീയ്യൻ അമ്പൂട്ടിയുടെ ചൂരേറ്റ് സ്വർഗ്ഗത്തോളം എടുക്കപ്പെട്ടത്. അമ്പൂട്ടിയെ ചൂണ്ടി കാണിച്ച നീലാണ്ടൻ ഗീവർഗീസിനോട് അഭിമാനത്തിൽ പറഞ്ഞു.

"നമ്മളെ കൊചെറുക്കനാ... ഓനാണ്ടാവും ഇനി മുതൽ ചെത്തിന്...

മുത്തപ്പന് രണ്ടു കുപ്പി കള്ള് നേർന്ന് ഓനെ ഇന്ന് പണിക്കിറക്കി. നാല് തെങ്ങ് കെറിയപ്പോഴേക്കും ചെക്കൻ ഉഷാറായി"

ത്രേസ്യാകൊച്ച് അതോന്നും കേട്ടിരിക്കാൻ വഴിയില്ല. തെങ്ങിന്റെ അടര് മുതൽക്ക്, തെങ്ങോല, പൂക്കുല, മച്ചിങ്ങയെന്നിങ്ങനെയായി ഒരം പറ്റിയ വിയർപ്പിൽ സ്നാനം ചെയ്യപ്പെട്ടവന്റെ, ഇളംമൂപ്പത്തിയവന്റെ ചൂരിന്റെ മത്തിൽ ത്രേസ്യാകൊച്ച് നിന്ന നിൽപ്പിൽ പറുദീസയോളം എടുക്കപ്പെട്ടു കഴിഞ്ഞിരുന്നു അപ്പോഴേക്കും. ഇളപ്പം ചെറുക്കനാണ്. തന്റെ വയറ്റിൽ കുരുത്ത ഇളയവൻ തൊമ്മികുഞ്ഞിനെക്കാൾ ഏറി വന്നാൽ അഞ്ചു വയസ്സ് മൂപ്പുണ്ടാകും. ചിന്തിക്കാൻ പാടില്ലാത്തതും, ചിന്തിച്ചു കൂടാത്തതുമായ ഒന്നാണല്ലോ കർത്താവേ എന്ന വെളിപാട് ആത്മാവിൽ തട്ടിയെങ്കിലും തീയ്യൻ ചെക്കന്റെ ചൂര് നെഞ്ചിനകത്തു തിക്കിതിരക്കി വെളിപാട് വൃഥാവിലെത്തി.

അനന്തരം നീലാണ്ടന്റെ മോൻ അമ്പൂട്ടിയെന്ന തീയൻ ചെക്കന്റെ ചൂരേൽക്കാൻ പോയിട്ട് അവനെയൊന്ന് കണ്മുമ്പിൽ കിട്ടാൻ പോലും പറ്റാതേ ത്രേസ്യാകൊച്ച് മനോദണ്ണം അനുഭവിക്കുമ്പോഴാണ് ഗീവർഗീസിന്റെ പെങ്ങൾ ഏലിയാമ്മയുടെ പേരക്കിടാവിന്റെ മാമോദിസയുടെ തലതൊട്ടപ്പനായി പ്രാർത്ഥന ഏറ്റ് ചൊല്ലാൻ സന്നദ്ധനായി ഗീവർഗീസും ഒപ്പം മക്കളും കട്ടപ്പനയിൽ പോയത്. പോയതിന്റെ അന്ന് കാലത്തു "മാപ്പിളെ, ന്റെ കാലിന് നീര് വെച്ചിരിക്കുണ്. ഈ കാലും വെച്ചു ഉന്തിയും തള്ളിയും നടക്കാൻ മേലാത്തത് കൊണ്ട... ങ്ങള് പൊയ്ക്കൊളീ"എന്നും പറഞ്ഞു ത്രേസ്യാകൊച്ച് ഒഴിഞ്ഞു മാറി. കേട്ട്യോളെ അനുസരിക്കുന്നവനും മറുത്തു പറയാത്തവനുമായ ഗീവർഗീസ് ത്രേസ്യായുടെ കാലു തടവാനായി ശിവശങ്കരൻ വൈദ്യരെ ഏൽപ്പിച്ചു കട്ടപ്പനയിലേക്ക് മക്കളെയും കൂട്ടി പോയി.

തീയ്യൻ ചെക്കന്റെ ചൂര് നെഞ്ചിലടക്കി വിവശയായ ത്രേസ്യാകൊച്ച് പകൽ മുഴുക്കനും അടുക്കളയും, കട്ടിലും, പറമ്പുമായി തീർത്തുവെങ്കിലും സൂര്യൻ അസ്തമിച്ചപ്പോഴേക്കും പരവേശം അവരെ ഇഴച്ചു കൊണ്ടിരിന്നു. പരവേശത്തിന്റെ വേഗം കൂടിയ ആ രണ്ടാംശനിയാഴ്ചയുടെ അർദ്ധരാത്രിയിലാണ് ത്രേസ്യാകൊച്ചിന് നിൽക്കകള്ളിയില്ലാതെ വന്നത്.

കൂരിരുട്ടിൽ പുരയിൽ നിന്നിറങ്ങുമ്പോൾ നീലാണ്ടന്റെ ചെറുക്കൻ അമ്പൂട്ടിയെ പ്രാപിക്കുക എന്ന എന്ന ഉദ്ദേശ്യം മാത്രമേ അവർക്ക് ഉണ്ടായിരുന്നോള്ളൂ. ത്രേസ്യാകൊച്ചിന്റെ തിളപ്പിനെ ശമിപ്പിക്കാൻ അപ്പോൾ തീയ്യൻ ചെക്കന്റെ ആണ്ചൂരിന് മാത്രമേ പറ്റുമായിരുന്നൊള്ളൂ.

2.

കരിയാത്തൻ ക്ഷേത്രത്തിൽ നിന്ന് പൊലിയാവ് അമ്പലത്തിലേക്ക് ഏട്ടത്തി ഭഗവതി അനിയത്തി ഭഗവതിയെ കാണാൻ പോകുവാന്നൊരു ചടങ്ങുണ്ട്. രണ്ടാം ശനികളുടെ അർദ്ധയാമത്തിലാണ് വടക്കേകുളത്തിൽന്ന് നാരകത്തിന്റെ ഇല തേച്ച് കുളിച്ച്, ആമ്പൽപൂവിന്റെ തണ്ടറ്റം പൊട്ടിച്ച് മുടിയിൽ ചൂടി നേരമ്പോക്ക് പറഞ്ഞിരിക്കാൻ ഏട്ടത്തി ഭഗവതി അനിയത്തി ഭഗവതിയുടെ അടുത്തേക്ക് പോകുന്നത്. അരയിലൊരറ്റ ചരടുപോലും പേരിനില്ലാതെ കുലുങ്ങി കുലുങ്ങി, പാദുകങ്ങളിൽ മണ്ണ്പുരട്ടിയുള്ള ചേട്ടത്തി ഭഗവതിയുടെ അന്നനടപ്പ് വയൽവരമ്പിലൂടെയുള്ള കുറുക്കുവഴിയെയാണ്. അന്നേരമവരെ കോമളരൂപം ദൃഷ്ടിയാൽ പെട്ടാൽ പോലും കാണുന്നോൻ തലതാഴ്ത്തി കണ്ണടച്ച് കളയണമെന്നാണ് നിയമം. അല്ലാത്ത പക്ഷം ആണാണെങ്കിൽ, പ്രാകൃതമായ അഭിനിവേശം കയറി ഭഗവതിയെ പ്രാപിക്കാൻ ത്വര കൂടി നിന്ന നിൽപിൽ നിൽക്കുന്നോന്റെ മാംസപേശി വരേക്കും ഉരുകി പോകുമെന്നും അഥവാ ഇനി പെണ്ണാണെങ്കിൽ, മാർവിടത്തിൽ കനം കയറി ചോര പൊട്ടിയൊലിക്കുമെന്നുമാണ് ചൊല്ല്.

എന്നിരുന്നാലും ഏട്ടത്തി ഭഗവതിയുടെ നഗ്നശരീരത്തിന്റ മനോഹാരിത ഇത്തവണ കാണേണ്ടിവന്നത് ത്രേസ്യാകൊച്ചിനാണ്.

കർത്താവേ നീയെന്നെ അനുഗമിച്ചേക്കണെ എന്ന പ്രാർഥനയിലാണ് ഇരുട്ടത് അമ്പൂട്ടിയുടെ കൂരയിലേക്ക് ത്രേസ്യാകൊച്ച് രണ്ടും കല്പിച്ച് ഇറങ്ങിയത്. ശരീരംകൊണ്ട് വ്യഭിചരിച്ച് ആത്മാവ് കൊണ്ട് പറുദീസ നേടാൻ പോകുന്ന ത്രേസ്യാകൊച്ച് വയൽവരമ്പിന്റെ അങ്ങേ അറ്റത്തു നിന്ന് നേരെ നടന്നു വരുന്ന പൂർണ്ണ നഗ്നയായ ഏട്ടത്തി ഭഗവതിയുടെ പ്രകൃതവും ആകൃതിയും കണ്ട് ഒരു നിമിഷത്തിൽ അന്താളിച്ച് നിൽക്കുമ്പോഴാണ് കിലുങ്ങിയ ചിരിയോടെ അടുത്തേക്ക് വന്ന് ഏട്ടത്തി ഭഗവതി ചോദിച്ചത്.

“ത്രേസ്യാകൊച്ചിന് എന്നെ അറിയില്ലേ”

കർത്താവിന്റെ തിരുസഭയിൽ എല്ലാ വെള്ളികളിലും മെഴുകുതിരി കത്തിച്ച് മുട്ടിപ്പായി പ്രാർത്ഥിക്കുന്ന, ബൈബിൾവചനങ്ങൾ മുടങ്ങാണ്ട് ഉരുവിടുന്ന ത്രേസ്യാകൊച്ചിന് ഓർമ്മയിൽ എളുപ്പത്തിൽ എങ്ങനെ വരാനാണ് ഏട്ടത്തി ഭഗവതിയെ. ആമ്പൽചൂടിയ വെണ്ണക്കൽനഗ്നതയെ കണ്ട് അന്ധാളിപ്പ് മാറാത്ത ത്രേസ്യാകൊച്ചിനോട്

ഏട്ടത്തി ഭഗവതി ഓർമ്മിപ്പിച്ചു

"ഞാനാണ് കരിയാത്തനിലെ ഏട്ടത്തി ഭഗവതി"

ഇത്തവണ ത്രേസ്യാകൊച്ചിന്റെ ഉള്ളിലൂടെ ഒരാന്തലിരച്ചു കയറി.

ഗീവർഗീസ് ത്രേസ്യാകൊച്ചിനെ കെട്ടി കൊണ്ട് വന്നതിന്റെ മൂന്നാംപക്കമാണ് മുറ്റമടിക്കുന്ന ചിരുതയുടെ കണവൻ, ഏട്ടത്തി ഭഗവതിയെ കണ്ട് മാംസപേശി ഉരുകി വയൽവരമ്പിൽ വീണ് ചത്തത്. അന്നു മുതൽക്ക് പലയിടത്തുനിന്നും പലപ്പോഴുമായി ത്രേസ്യാകൊച്ച് കേട്ട കഥകളിൽ അങ്ങിങ്ങായി തങ്ങി നിൽക്കുന്നുണ്ട് ഒരു ഏട്ടത്തി ഭഗവതിയും ഒരു അനിയത്തി ഭഗവതിയും.

ഹോ എന്നാലും എന്റെ കർത്താവേ, ഇന്നാട്ടുക്കാർ നണകൊണ്ട് നിർമ്മിച്ചെന്ന് കരുതിയ രണ്ട് പ്രതിമകളിൽ ഒന്നാണല്ലോ മുൻപിൽ ജീവനോടെ വന്നു നിൽക്കുന്നതെന്നതെന്നോർത്തപ്പോ ത്രേസ്യാകൊച്ചിന് ശ്വാസം തടഞ്ഞു പോയി. ഒന്നുറക്കെ കരഞ്ഞാലും, മുറയിട്ടാലും ആര് കേൾക്കാനാണ്. തീയ്യന്റെ ചൂരിനോടുള്ള ഭ്രമം കയറി ഇറങ്ങി തിരിക്കുമ്പോ ഇത്തരത്തിലുള്ള അസാധരണ സംഗതികൾ ഭവിക്കുമെന്ന് ആര് കരുതി കർത്താവേ. ഇനി മാർവിടം പൊട്ടി ചത്തു പോകാനാണ് യോഗമെങ്കിലോ? ത്രേസ്യാകൊച്ചിന് വിറയലിനൊപ്പം കണ്ണിൽ ഇരുട്ട് കയറുന്ന മാതിരി തോന്നി.

ത്രേസ്യാകൊച്ചിന്റെ വെപ്രാളം കണ്ടപ്പോ ഒരു പുഞ്ചിരിയോടെ അടുത്തു ചെന്ന് പതിഞ്ഞ സ്വരത്തിൽ ഭഗവതി ത്രേസ്യാകൊച്ചിന്റെ കാതിൽ ചോദിച്ചു

'മൊല പൊട്ടി ചത്തു പോകോന്ന പേട്യണോ ത്രേസ്യാകൊച്ചിന്? പേടിക്കണ്ടാട്ടോ. മൊലയുള്ള ത്രേസ്യാകൊച്ചാണ് സുന്ദരി. തീയ്യൻ ചെക്കൻ ത്രേസ്യാകൊച്ചിന്റെ മൊല പറ്റി കിടക്കുമ്പോ ആണ് ത്രേസ്യാകൊച്ച് കൂടുതൽ സുന്ദരിയാവാൻ പോണത്"

ന്റെ കർത്താവേ... ഇവരിതെങ്ങനെ അറിഞ്ഞു? തെറ്റിക്കാൻ പോകുന്ന ന്യായപ്രമാണത്തിന്റെ രഹസ്യം ഭഗവതി അറിഞ്ഞതെങ്ങനെയെന്ന ത്രേസ്യാകൊച്ചിന്റയുള്ളിലുണ്ടായ അതിശയോക്തിയുടെ മുഖഭാവം കണ്ട് ഏട്ടത്തി ഭഗവതി ഉച്ചത്തിൽ വായ തുറന്ന് ചിരിച്ചു കൊണ്ട് പറഞ്ഞു.

'ഞാള് ഏട്ടത്തി ഭഗവതിയും അനിയത്തി ഭഗവതിയും അറിയാത്ത, പറയാത്ത കഥകളുണ്ടോ ഇന്നാട്ടില്'

ത്രേസ്യാകൊച്ചിന്റെ കണ്ണുകളിൽ അത്ഭുതം നിറഞ്ഞു. ഭഗവതിയുടെ വായ് തുറന്ന ചിരി കണ്ട, കഴുത്തിലെ കൊന്തയിൽ പിടിച്ചു

അന്താളിച്ച നിൽക്കുന്ന ത്രേസ്യാ അടുത്ത നിമിഷത്തിൽ തീയ്യൻ ചെക്കനെ മറന്നു, തീയ്യൻ ചെക്കന്റെ ചൂരിനോട്ടുള്ള ഭ്രമം മറന്നു. കുറച്ചു നേരത്തേക്ക് ത്രേസ്യാ ഒന്നും മിണ്ടിയില്ലെങ്കിലും ഭഗവതിയുടെ സൗമ്യമായ നോട്ടത്തിൽ, ആമ്പൽ ഗന്ധത്തിൽ, ഹൃദയത്തിന്റെ ആധി പിടിച്ച കനം കുറഞ്ഞു കുറഞ്ഞു. ത്രേസ്യാകൊച്ചിന്റെ ഹൃദയം നേർത്തു .എല്ലാം മറന്നു. ത്രേസ്യാകൊച്ച് ഭഗവതിയുടെ വശ്യതയിൽ ആകൃഷ്ടയായി. കുലുങ്ങി ചിരിച്ചു കൊണ്ട് ഭഗവതി ചോദിച്ചു

"ത്രേസ്യാകൊച്ചിന്റെ മൂത്തെറക്കൻ സണ്ണികുട്ടിക്ക് വയറ്റോളക്കം വന്ന ദീസങ്ങള് ഓർക്കണ്ണ്ണ്ടെ? പൊറമേല് പറയാൻ പാടില്ലാത്ത താണ്. ന്നാലും ഞാനാ രഹസ്യം പറയ്യട്ട്... ഗീവർഗീസ് അന്നൊരു നേർച്ച വെച്ചെക്ക്ണു പൊലിയാവില്... അനിയത്തിക്ക് ഒരു പണത്തൂക്കം പൊന്ന് കൊടുക്കാന്ന്. അതോണ്ടെന്താ, ചെക്കന്റെ സൂക്കേട് മാറീലെ"

ത്രേസ്യാകൊച്ചിന് അത് പുതിയൊരറിവായിരുന്നു. ശരിയാണ് സണ്ണികുട്ടിക്ക് വയറിളക്കം പിടിപെട്ട് കിടക്കയിൽ മലർന്ന് കിടക്കാൻ പോലും പറ്റാത്തത്ത വിധത്തിൽ ദണ്ണം പിടിപെട്ട നാൾ ഉണ്ടായിരുന്നു. ശിവശങ്കരൻ വൈദ്യരെ ചികിത്സ പോലും ഫലിക്കാതെ വന്ന ആ ദിവസങ്ങളിൽ സണ്ണി കുട്ടിക്ക് വേണ്ടി ഇടവിടാതെ സ്തോത്രം ചെയ്തും പ്രാർത്ഥനയിൽ അവനെ ഉൾപ്പെടുത്തിയും കർത്താവിനു മുമ്പിൽ ഹൃദയംപൊട്ടി കരഞ്ഞ ത്രേസ്യാകൊച്ചിനെ നോക്കി ഗീവർഗീസപ്പോൾ പറഞ്ഞത് മുട്ടിപ്പായി പ്രാർത്ഥിച്ചോ ത്രേസ്യാകൊച്ചേ "കർത്താവിന്റെ ചൂടടയാളം അവന്റെ ശരീരത്തിൽ വഹിച്ചോളുമെന്നാണ്". വൈദ്യം തോറ്റുപോയടുത്തു പ്രാർത്ഥന ഫലം കണ്ട മാതിരിയാണ് രണ്ടീസം കഴിഞ്ഞപ്പോ സണ്ണികുട്ടിയുടെ ദീനം മാറിയത്. എന്നാൽ അതിന് പുറകിൽ താനറിയാത്ത മറ്റൊരു കഥയുണ്ടെന്നത് ത്രേസ്യാക്ക് പുതിയോരറിവായിരുന്നു. സത്യക്രിസ്ത്യാനിയായ ഗീവർഗീസ് ഭഗവതിക്ക് നേർച്ച നേർന്നെന്നറിഞ്ഞപ്പോ അറിയാതെയാണെങ്കിലും കേട്ട്യോന്റെ കീഴ്പ്പെടലിനെ കുറിച്ചോർത്തു ത്രേസ്യാകൊച്ചിന്റെ ഉള്ളു നൊന്തു

നിന്ന നിൽപ്പിൽ ഭഗവതി പറഞ്ഞു തുടങ്ങി

'ത്രേസ്യാകൊച്ചേ...നെനക്കിത് പുതിയ അറിവാകുംന്ന് ഇനിയ്ക്കറിയാം. ഗീവർഗീസിന്റെ മാത്രല്ല, ഈ ആണുങ്ങളെ കഥയെടുത്തു നോക്യാ അവറ്റോളൊക്കെ ഇങ്ങനൊക്കെ തന്ന്യാ. രണ്ട് മൊകണ്ടാകും. ഒന്ന് നമ്മള് കാണണ മൊകം. മറ്റൊന്ന് ന്താ പറയ്യ, ന്താ കാട്ടിക്കൂട്ടാന്ന് ആർക്കും അറിയാത്തതും. നെനക്കാറിയോ,

ഇന്നെ പൊടമുറി കഴിച്ച ചെട്ട്യാര് ഉണ്ടായിരുന്നു. നാല് അടി പൊക്കത്തിൽ കുംഭ ചാടിയ ഒരു കറുമ്പൻ ചെട്ട്യാർ. കാണാനൊട്ടും കൊണല്യാ. അനിയത്തി തീണ്ടാരിയായ ദൂസ ചെട്ട്യാർ ആദ്യായിട്ട് പൊകല കുട്ടി മുറിക്കി ന്നെ പെണ്ണ് കാണാൻ വരണത്. കണ്ടപ്പോ പെറ്റതള്ള പറഞ്ഞെ മ്മക്ക് ഇയാളെ മാണ്ട മോളെന്നാ.

ഇയ്ക്കപൊ അയാള് മതീന്ന് തോന്നി. ഞാനുണ്ടാ കേക്ക്ണു.

അതെന്താ കാര്യംന്നറിയോ ത്രേസ്യാകൊച്ചേ... പെറ്റതള്ളക്ക് അയാളെ കോലോം മട്ടും ഭാവോംന്നും ഇഷ്ടായില്ല. ഇയ്ക്ക് ആണെങ്കി അയാൾക്ക് തന്തേം തള്ളേം ഇല്ലാന്ന് കേട്ടപ്പോ നെലോളി വന്നിട്ടാകും അയാളെ വിടാനും തോന്നീല. അയാളെ മറോറടക്കാന തൊന്ന്യേ. ന്റെ അനിയത്തി, കണവൻ ചെട്ട്യാരെ തീണ്ടാരി പൊരയുടെ മറവിൽ വെച്ച് ഒരു നോട്ടം കണ്ടപ്പോ ഓൾക്കും ന്തൊ അയാളോടൊരു പാവം തോന്നിക്ക്ണു. കണവനെ കെട്ടുന്നെന്റെ തലേന്ന ന്നോട് അനിയത്തി ഓളെ പൂതി പറയണേ.

'എട്ടത്ത്യേ ഇയ്ക്കും മാണം അയാളെ. തന്തേം തള്ളേം ഇല്ലാത്തൊനാ ഇയ്ക്കും അയാളെ ചേർത്തു കെടത്തണം. '

ഒരെ മൊറത്തിലെ അരി കൈയിട്ട് തിന്നണോരാ ഞാനും ഓളും. ഓളെ മുടി കോതിയും, പേൻ നോക്കിയും, പുന്നാരം പറഞ്ഞും നടന്ന ഇയ്ക്ക് ഇത് കേട്ടപൊള്ള സന്തോയം പറയണാ. ഇനിയങ്ങോട്ട് മൊഖത്തോട് മൊകം ചെരിഞ്ഞു കിടക്കുമ്പോ അയ്ന്റെ എടെല് ഞങ്ങളെ കണവനുണ്ടാവേങ്കിലും ഓള് ന്റെ അടുത്തന്നെ ണ്ടല്ലൊ, ചാവും വരേക്കും ഓളെ മോന്ത കാണാലോ ഇയ്ക്ക്. ഓർത്തപ്പോ തന്നെ സന്തോയം ഇരട്ടിച്ച്.

ഇവറ്റോളെന്ത് തോന്ന്യാസ ഈ പറയണേന്നും പറഞ്ഞു മൂക്ക് ചീറ്റി കരചിലായി പെറ്റള്ള. ഞാളുണ്ടാ വിടണ്. നെലോളിയായി തുടങ്ങ്യപോ പൊടമുറീന്റെന്ന് കണവൻ തന്നെ പറഞ്ഞു യ്യ് അനിയത്തിനെ കൂടി ഇറക്കിക്കാളാന്ന്.

അയ്ന്റെന്ന് രാത്രി ആദ്യായി കണവന്റെ നെറ്റിയും മുടിയും തലോടി ഞാള് രണ്ടാളും ഓനെ കെട്ടിപ്പിടിച്ച്, ഓൻ ഞാളേം മാറി മാറി കെട്ടിപ്പിടിച്ച്. ഞാള് മൂന്നാളും ഒന്നിച്ചങ്ങട് സൊകം പറ്റിന്ന് പറഞ്ഞ മതീലോ.

ഇവിടെ ഒരുവൾ ഇറങ്ങി പുറപ്പെട്ടത് തന്നെ ഒരുത്തനെ കാമിക്കാൻ. അപ്പോ ദാ , പോണ വഴിയേ രണ്ട് പെണ്ണുങ്ങളൊരുമിച്ച് ഒരുവനെ കാമിച്ച കഥ കേൾക്കുന്നു. ത്രേസ്യാകൊച്ചിന്

ചെറുതായൊരു ആവേശം ഇരച്ചു കയറുന്ന പോലെ തോന്നി തുടങ്ങുന്നതിനും മുമ്പേയായി തന്നെ ഭഗവതിയുടെ കണ്ണുകൾ നിറഞ്ഞു തുളുമ്പി

ഭഗവതി പറഞ്ഞു.

ഞാള് രണ്ട് പെണ്ണുങ്ങളും കൂടി തലകുത്തി മറിഞ്ഞ കണവനെ നോക്ക്യേ. കണവന്റെ തുണി അലക്കി വെളുപ്പിച്ച് ഓനെ സുന്ദരനാക്കും. കണവന്റെ പൊര മുഴോനും തുത്തു വൃത്തിയാക്കും. കണവന് വെച്ചുണ്ടാക്കും. രാത്രി മുഴുക്കനോം ഓന് മാറി മാറി തിരിഞ്ഞും മറിഞ്ഞും ഞാള് സൊകം കൊടുക്കും. ന്നിട്ടെന്താ, ന്റെ പെണ്ണുങ്ങള ന്റെ ഭൂലോകംന്ന് പറയുന്ന കണവനെ ഓർത്തു വെളുത്താലന്തിയാവോളം പൊരക്കകെത്തു ജീവിച്ചു തീർക്കണെ ഞാള് രണ്ട് പെണ്ണുങ്ങളെ പറ്റിച്ചായി കാണവന് നാട് നീളെ സമ്മന്ധം. ഉടുത്തുണിയില്ലാതെ നാട്ടിലെ പെണ്ണുങ്ങളെ വീട് കയറി ഇറങ്ങണ കണവന്റെ കഥ അറിഞ്ഞന്ന് രാത്രി ന്റെ അനിയത്തി ഏട്ടത്ത്യേന്നും വിളിച്ചു നെഞ്ച് തല്ലി നെലോളിയായി. പൊറുത്തു കൊടുക്കാൻ പറ്റോ. കഴുത്തില് ചരട് കെട്ടിയ പെണ്ണുങ്ങളെ മറന്ന് നാട് മുഴുക്കനോം സമന്ധംണ്ടാക്ക്ണ ഓനോടിനി പൊറുക്കാൻ ഇയ്ക്കോ ഓൾക്കോ പറ്റൂലാന്ന് തോന്യ ആ രാത്രി തന്നെ ഞങ്ങളോനെ തീ വെച്ചങ്ങ് ചുട്ടു.

ഭഗവതിയുടെ കണ്ണുകൾ ഓർമ്മകളിൽ തറഞ്ഞു കത്തിജ്വലിച്ചു.

ത്രേസ്യാകൊച്ചിന് ഒരു നിമിഷം സംസാരിയ്ക്കുവാനുള്ള ത്രാണി നഷ്ടപ്പെട്ടത് പോലെ തോന്നി.

ഒരു നിമിഷം മാപ്പിള ഗീവർഗീസിനെ ഓർമ്മയിൽ വന്നു. അപ്പോൾ ത്രേസ്യാകൊച്ച്ന് ശ്വാസം മുട്ടിയ പോലെയാണ് തോന്നുന്നത്. ന്യായപ്രമാണം അനുസരിച്ച് താൻ മാപ്പിളയോട് ചെയ്യാൻ പോകുന്നതും അനീതിയാണല്ലോന്ന് ഒരു വിറയലോടെ ത്രേസ്യാകൊച്ച് ഓർത്തു.

ഭഗവതി തുടർന്നു

'ചത്യാണ് ത്രേസ്യെ ഓൻ ചെയ്തെ. അതാ ഞാൻ മുന്നേ പറഞ്ഞേമ്മളറിയാത്ത വേറൊരു മോകോം ഓർക്ക്ണ്ടെന്ന്. ഞാളെ അകത്തേക്കിരച്ചു കയറിയ കലിപ്പ് തീരാഞ്ഞിട്ടാകും ഇതൊടക്കനെ എല്ലാം തീരട്ടെന്ന് വിചാരിച്ച് ഞാള് ഒതളങ്ങ അരച്ചു കഞ്ഞീ ചേർത്തു. സംഗതി ഞാൾക്കും പെഴച്ചു. ചത്തെങ്കി കൂടീം ഞാളെ ആത്തെ കലിപ്പാണ് പിന്നെ നാട്ടിലെറങ്ങ്യേത്. ഒട്ടൂല് ആണങ്ങൾക്ക് തൗര്യല്ലാതായി. കണവനെ പോലെ, ആമ്പറന്നോന്മാരുടെ തോന്ന്യാസം കാരണം മോന്തെ കണ്ണും ചീർത്തു വീട്ടിലിരിക്കണ പെണ്ണുങ്ങൾക്ക്

വേണ്ടി ഞാള് അവറ്റകളെ ഞരമ്പ് ഊറ്റി ചോര കുടിച്ചു. ആണ്ങ്ങളെ, കൊന്ന പോലും കലിപ്പ് തീരാത്ത ഞാള് സന്ധ്യക്ക് തോന്ന്യാസം കാണിക്കാൻ ഇറങ്ങണ ഒറ്റവന്മാരേം വെറുതെ വിട്ടില്ല്യ. ന്നിട്ടെന്താ ആ ചീത്തോർക്ക് വേണ്ടി മൂസട്ട് വന്ന് നാല് ദിക്കിലും തകിട് കെട്ടി ഞാളെ പിടിച്ചു കെട്ടി. ന്നിട്ട് ന്നെ കരിയാത്തൻ കുന്നിലും ഓളെ പൊലിയവിലും പ്രതിഷ്ഠിച്ചു. ഇയ്ക്ക് ന്റെ അനിയത്തിനെ കാണാതെ പറ്റില്ലാന്ന് പറഞ്ഞു നെലോളി കൂട്യപ്പോ രണ്ടാശനിടെന്ന് മാത്രായിട്ട് ഞങ്ങൾക്കീ വഴി വിട്ട് തന്നു. പൊണോരേം വരണെരേം ആരേലും മുന്നിൽ പെട്ട അന്നത്തെ ദൂസം ഓര് ഞാൾക്ക്ള്ളതാണ്ന്ന്ള്ള അവകാശോം പറഞ്ഞൊറപ്പിച്ചു. പക്ഷേങ്കിൽ ത്രേസ്യാകൊച്ച് പേടിക്കണ്ട. ഏട്ടത്തി ഭഗവതി ഒച്ച താഴ്ത്തി സൗമ്യതയോടെ പറഞ്ഞു

യ്യ് ഒന്നാന്തരം പെണ്ണാണ്. ആ ചീഞ്ഞ ജാത്യോള്, ആണങ്ങളെ വെട്ടികടത്തിയല്ലേ യ്യ് തീയ്യൻ ചെക്കന്റെ ചൂര് പറ്റാൻ പോണെ. യ്യാണ് ത്രേസ്യാകൊച്ചേ പെണ്ണ്. അന്നെ ഞാളൊന്നും ചെയ്യൂല. യ്യ് പൊയ്ക്കോ. പോയി തീയ്യൻ ചെക്കന്റെ ചൂര് പറ്റിക്കോ.

അടക്കിപ്പിടിച്ച ചിരിയോടെ ത്രേസ്യാകൊച്ചിന് നേരെ ഭഗവതി ഇരുത്തിയ ഒരു കുസൃതിചിരി ചിരിച്ചു. മിണ്ടാട്ടം മുട്ടിയ ത്രേസ്യാ കൊച്ചിനോട് ഏട്ടത്തി ഭഗവതി കൂടുതൽ മിണ്ടാനോ, നോക്കാനോ കൂട്ടാക്കാതെ അവരെ വകഞ്ഞു മാറ്റി ആമ്പൽ കുത്തിയ മുടി ആട്ടിയും ഉലച്ച് ചന്തി കുലുക്കി നടന്നു പോയി.

ഏട്ടത്തി ഭഗവതി നിമിത്തം ഉണ്ടായ മാനസാന്തരമാണോ എന്നറിയില്ല. കാല് പൊന്തുന്നില്ല. ത്രേസ്യകൊച്ചിന് മുൻപോട്ട് നടക്കാനായില്ല. മാപ്പിളയെ ഓർത്തു. കർത്താവേ അടിയന്റെ ബുദ്ധിഹീനത പൊറുത്തു കൊള്ളേണമെ എന്ന പൊടുന്നനെയുള്ള വെളിപ്പാടിന്റെ പ്രാർത്ഥനയോടെ ത്രേസ്യാകൊച്ച് ഒരു നിമിഷം മരവിച്ച് നിന്നു. തീയ്യൻ ചെക്കന്റെ തെങ്ങിൻ ചൂര് ഓർത്തപ്പോൾ ദുർബുദ്ധിയുടെ ചിന്താഭാരം ഓർമ്മയിൽ നിറഞ്ഞു കൂടി. ത്രേസ്യാ കൊച്ചിന് പശ്ചാത്താപം തോന്നി. ദൈവത്തിന്റെ സുവിശേഷം കേട്ട് വളർന്ന ത്രേസ്യാകൊച്ച്, ഏട്ടത്തി ഭഗവതിയുടെ കഥ കേട്ട്, ഏട്ടത്തി ഭഗവതിയുടെ പിൻതുണ കൈപറ്റാതെ "അധികം ശ്രദ്ധയോടെ തന്നെ കരുതികൊള്ളണമേ കർത്താവേ" എന്ന പ്രാർത്ഥനയോടെ വേഗത്തിൽ തിരിഞ്ഞു നടന്നു.

അപ്പോഴേക്കും, തീയ്യൻ ചെക്കന്റെ ചൂരിനോടുള്ള ഭ്രമം മറന്നു കഴിഞ്ഞിരുന്നു ത്രേസ്യകൊച്ച്. മാത്രമല്ല , ഗീവർഗീസ് മാപ്പിളയോടുള്ള സ്നേഹാധിക്യത്തോടെ നിലാവത്തു തന്റെ വീട്ട്പടി ചവിട്ടി

കയറിയ ത്രേസ്യകൊച്ച് നാളെ മടങ്ങി വരുന്ന മാപ്പിളക്ക് വേണ്ടി സ്വർഗ്ഗീയവിളിക്കുള്ള ഓഹരിയായി തന്റെ ശരീരവും മനസ്സും മാറ്റി വെച്ച് കഴിഞ്ഞിരുന്നു. മാപ്പിളയുടെ ആണ്ച്ചൂര് പറ്റാനായി.

നനഞ്ഞു കുതിർന്ന ബലൂണുകൾ

മുറിയിൽ നിന്ന് ഒരനക്കം. എനിക്കൊന്നും മനസിലാവ്ണില്ലല്ലോ. അനക്കത്തിനൊപ്പം ഇപ്പോ ഞെരക്കവും കൂടി കൂടി വരണല്ലൊ.

ഇതേ ഒച്ച തന്യല്ലേ ചെല രാത്രികളിൽ ഞാൻ ഇടക്കിടക്ക് കേക്കണെളും. സത്യമായും എനിക്ക് പേടി തോന്നന്നുണ്ട് ട്ടൊ.

കട്ടിലിൽ നിന്ന് ചാടിയെണീക്കണന്നുംണ്ട്. പക്ഷെ, ഇല്ല പറ്റുന്നില്ല. കട്ട പിടിച്ച ഇരുട്ടത്തു കണ്ണുതുറക്കാൻ കൂടി ധൈര്യല്ല. അതേ, ഭൂതാണ്. അച്ഛനേം അമ്മേം വിളിക്കാന്ന് വെച്ച ന്റെ ഒച്ച പൊന്ത്ണ കൂടില്ല്യ.

കിടക്കുമ്പോ അച്ഛനം അമ്മേം അപ്പുറോം ഇപ്പുറോം ഉണ്ടായിരുന്ന താണല്ലോ. ഇയ്ക്ക് നല്ല ഓർമ്മണ്ട്. താങ്ങിന് വേണ്ടി കൈവിരലിൽ അമർത്തി പിടിചാണ് അമ്മ ന്നെ

'ഉണ്ണി വാവാവൊ' പാടി ഉറക്ക്യേതു പോലും. ന്നിട്ടിപ്പം അമ്മേടെ കൈ എവിടെ പോയി. ഒന്ന് പരതാന്ന് വെച്ച വിറച്ചിട്ട് ന്റെ കൈ പൊന്ത്ണ് കൂടില്യ. പേടിച്ചിട്ടാണ്, ഇയ്ക്ക് വിക്കി വിക്കി കരയണംന്ന് കൂടിണ്ട്. ന്ത് ചെയ്യാനാ തൊണ്ടേൽന്ന് ഒരിറ്റു തുപ്പൽ കൂടി ഇറങ്ങണ്ല്ല്യ ഇപോ.

"അയ്യോ ദേ ഇപോ ആ ഞെരക്കം കൂട്ന്നു. ഭൂതം ന്തിനാ ഇങ്ങനെ വേദനിച്ച ഞെരങ്ങുന്നത്. അതെന്തിനാ ഇങ്ങനെ കിതക്കുന്നത്"

ഭൂതം ഇപൊന്ത ബാത്റൂമിലേക്ക് പോണെ. ബാത്റൂമിന്റെ കതകല്ലേ അത് തൊറക്കണത്. അതേ. അത് തന്ന്യാണ്.

ഞാനെന്താ ചെയ്യ ന്റെ അമ്പോറ്റി. ഇയ്ക്ക് മേലാകെ തളർന്നു

പോണ. ഞാൻ കണ്ണ മുറുക്കി ഉറങ്ങട്ടെ വേഗം. ഇല്ലെങ്കി ഞാൻ പേടിച്ച ചത്തു പോകും.

നാളെ രാവിലെ അമ്മേം അച്ഛനം ന്നെ കോരിയെടുത്ത് രണ്ടു കവിളിലും മുത്തം തരുമ്പോ ഇയ്ക്ക് ഓരോട് പറയണം രാത്രീല് ന്നെ മുറുകെ പിടിച്ച കിടക്കാൻ. കൈ വിട്ടേക്കല്ലേന്ന്. രാത്രീല് ഇടക്കിടെ ഭൂതം വന്ന് ഒച്ചെം ബഹളോം ഉണ്ടാക്കണത് ഞാൻ മാത്രല്ലേ അറിയണത്. ഇയ്ക്കത് ഓരോട് കൂടി പറയണം. ഇനി ഭൂതത്തെ ഉറപ്പായും ഞാൻ വിടില്ല. അവരുംകൂടി അറിയട്ടെ ഭൂതം വരണത്. ഹാ!! ഭൂതത്തിന് പണി കിട്ടട്ടെ.

അയ്യോ... സത്യായും ഇയ്ക്ക് പേടി കൂടുന്നു. ഞാൻ ഉറങ്ങട്ടെ വേഗം. ആ പിന്നെ വേറൊന്നൂടി അമ്മെനോട് ഇയ്ക്ക് പറയണം. തെളിവിനായി. ഭൂതം വന്ന് പോണ ദൂസത്തിന്റെ പിറ്റേന്നൊക്കെ ടോയ്‌ലറ്റിലെ വേസ്റ്റ് ബിന്നിൽ കാണാറുള്ള ആ നനഞ്ഞു കുതിർന്ന ബലൂണുകളെ പറ്റി.

വ്യഭിചാരി

ഏറെനേരമായി അയാൾ മറ്റെന്തോ ചിന്തയിലായിരുന്നു. ഒഴിച്ച് തീർത്ത കുപ്പികൾക്ക് മുമ്പിലെ കസേരയിൽ ചാരി കിടന്നു കൊണ്ടയാൾ തന്റെ തലമുടികളിൽ വിരലോടിച്ചു. മുറിക്കകത്തെ കനത്ത നിശബ്ദതയെ ഭേദിക്കുവാനായി കൂടെ കൂടെ പൊടിപിടിച്ച് പഴകിയ സീലിംങ് ഫാൻ വല്ലാത്തൊരു ഒരലമ്പലോടെ ശബ്ദിച്ചു എന്നതൊഴിച്ചാൽ അവിടെ നിശബ്ദത പിന്നെയും ബാക്കിയായിരുന്നു. അയാളുടെ ആ ഇരുത്തത്തെ, നിശബ്ദതയെ വല്ലാത്തൊരു വെറുപ്പോടു കൂടിയേ അപ്പോഴവൾ നോക്കി കാണാൻ സാധിക്കുമായിരുന്നൊള്ളൂ. വ്യഭിചരിക്കാൻ വന്ന വേശ്യയുടെ ശരീരത്തെ അവഗണിച്ച ഇടപാട് കാരന് മുന്നിൽ അഭിമാനം നഷ്ടപ്പെട്ടവളുടെ അപമാനഭാരത്താൽ വല്ലാത്തൊരു വെറുപ്പോടെ കിതച്ച് കൊണ്ടവൾ മുഖം തിരിച്ചു.

ചെയ്യുന്ന തൊഴിലെന്തായാലും അതിനുമൊരു അന്തസ്സുണ്ട്. ചക്കാത്തിനല്ല, നന്നായി ശരീരം കൊണ്ട് പണിയെടുത്ത് തന്നെയാണ് ജീവിക്കുന്നത്. ആ അന്തസ്സിന് മുമ്പിലാണ് ഇടപാട്കാരൻയാതൊരു മര്യാദയും കാണിക്കാതെ ഇങ്ങനെ അവഗണിക്കുന്നത്. കവിളിൽ വീണ് കിടന്ന മുടി കൈകൊണ്ടൊതുക്കി വെച്ച് കൊണ്ടവൾ തലകുനിച്ചിരുന്നു. ഈർഷ്യയെ ശമിപ്പിക്കുവാനായി.

ഇടനിലക്കാരൻ വർഗ്ഗീസ് മാപ്പിള വന്ന് വിളിച്ചപ്പോൾ ഇടപാട്കാരൻ സാമാന്യം ഭേദപ്പെട്ടവനാകുമെന്നാണ് അവൾ കരുതിയിരുന്നത്. അത്യാവശ്യം വകതിരിവുള്ളവനാകുമെന്ന്. മുൻഅനുഭവങ്ങൾ വെച്ച് നോക്കിയാൽ അവളങ്ങനെ കരുതിയതിൽ തെറ്റുമില്ല. രണ്ടാമതൊന്നു ചിന്തിക്കാൻ കൂട്ടാക്കാതെ, അടുപ്പിലെ വേവാത്ത കഞ്ഞിക്കലം

എടുത്ത് മാറ്റിവെച്ച് തീയണച്ച് ഒരു ഓയിൽ സാരി വാരിചുറ്റി അയാൾക്കൊപ്പം പോരുകയാണുണ്ടായത്. എന്നിട്ടിപ്പോൾ! !

ലോഡ്ജ് മുറിയിലെ ഇടനാഴിയിലെത്തിയപ്പോഴെ മദ്യത്തിന്റെ ചൂരടിച്ചതാണ്. കതക് തുറന്ന് മുമ്പിൽ നിന്ന അയാളുടെ ഉച്ഛ്വാസനിശ്വാസത്തിലെ മദ്യത്തിന്റെ കെട്ടമണം അസഹനീയമായമായിരുന്നു. ഈ ഇടപാട് വേണോ എന്ന് മനസ്സിലൊരു ശങ്ക തോന്നിയപ്പോഴേക്കും വർഗ്ഗീസ് മാപ്പിള പരിസരത്തിൽ നിന്നും ഉൾവലിഞ്ഞിരുന്നു.

ഇടപാടുകാരന്റെ മൗനം.

മുറിയുടെ മധ്യത്തിലെ ചാരുകസേരയ്ക്ക് മുമ്പിലെ മേശക്ക് മുകളിലായി നിരത്തി വെച്ച പാതി തീർന്ന മദ്യകുപ്പികൾ.

ഒഴിഞ്ഞ ഗ്ലാസ്സ്.

വെള്ള ബെഡ്ഷീറ്റ് വിരിച്ച ശയ്യ.

പാട് പെട്ടാണ് അയാളുടെ ശരീരത്തിൽ കൈവെക്കുവാനായി മെയ്യനങ്ങിയത്.

മദ്യത്തിന്റെ ഗന്ധം.

അയാളുടെ വിരക്തിയോടെയുള്ള നോട്ടം.

അബോധമായ ചലനങ്ങൾ.

എല്ലാം അവളെ അത്രമേൽ മടുപ്പിച്ചിരുന്നു. ചുരുങ്ങിയ വേളയിൽ തന്നെ. അയാളുടെ നെഞ്ചിനോട് മുഖം ചേർത്തൊന്നു ചെറുതായി തൊഴിൽ വൈദഗ്ദ്യത്തോടെ ഉരസിയെങ്കിലും അകാരണമായ അമർഷത്തോടെ അയാളവളെ തള്ളി അകറ്റുകയാണുണ്ടായത്. ശേഷം അയാൾക്ക് മദ്യകുപ്പികള് എത്രയും പെട്ടന്ന് തീർക്കാനുള്ള ബദ്ധപ്പാടായിരുന്നു. പിന്നീട് നീണ്ട ചിന്തയിലേക്കും.

ഈർഷ്യ കെട്ടടങ്ങാതെ അവൾ കിതച്ചു. വൈകാരികമായ കോപത്തെ അടക്കിവെക്ക വയ്യാതെ അവളുടെ കൃതാവിലൂടെ വിയർപ്പ്ത്തുള്ളികൾ മാനസിക സമ്മർദങ്ങളായി ഒലിച്ചിറങ്ങി. വിളിച്ച് വരുത്തിയിട്ട് അപമാനപ്പെടുത്തിയില്ലെ. പകൽ സ്വപ്നങ്ങൾക്കൊപ്പം മരിച്ച് വീണവള്ക്ക് ഇരുളിനെ ഭയക്കേണ്ടതില്ല. ഏത് ഇരുട്ടിനെയും വകഞ്ഞു മാറ്റി നിഷ്പ്രയാസം ഇറങ്ങി പോകാവുന്നതേയൊള്ളൂ. പക്ഷേ ചെയ്യുന്ന തൊഴിലിന്മേലൊരു ആത്മാർത്ഥതയുണ്ട്. ഒരു രാത്രിയിലേക്ക് തന്നെ വിലക്കെടുത്തയാളാണ്. ആ രാത്രി അയാൾക്കുള്ളതാണ്. പ്രതീക്ഷക്ക് വിരുദ്ധമാണ് സംഭവിച്ചതെങ്കിൽ കൂടിയും ആ രാത്രി അയാൾക്ക് വേണ്ടി തന്നെ മാറ്റി വെക്കേണം.

നീതീകരണമില്ലാത്ത ലോകത്ത് താൻ എങ്കിലും നീതിപൂർവ്വമായ പ്രവർത്തികൾ ചെയ്യണമല്ലൊ... ഏറെ നേരം ആ നിർത്തം നിന്നു കഴിഞ്ഞപ്പോള് അയാൾ വരുമ്പോൾ വരട്ടെ, അപ്പോൾ തന്റെ ജോലി പൂർത്തീകരിക്കാമല്ലൊ എന്ന ചിന്തയോടെ അവൾ വെള്ള വിരിച്ച ശയ്യയിൽ കയറി ചെരിഞ്ഞു കിടന്നു.

ജനൽപാളികൾക്കിടയിലൂടെ വെയിൽചീള് കിനിഞ്ഞു വീണപ്പൊഴാണ് ഭാരിച്ച കണ്പോളകളുമായി അവൾ ആ ഉറക്കത്തിൽ നിന്നുണർന്നത്. അവൾ എണീറ്റു. വസ്ത്രം ശരിയാക്കി. പോകാനുള്ള ബദ്ധപ്പാടോടെ കണ്ണുകൾ തിടുക്കത്തിൽ ശൂന്യമായ മുറിക്കകത്ത് അയാളെ പരതി തുടങ്ങിയപ്പോഴാണ് ചാരി വെച്ച മുറിയുടെ കതക് തുറന്ന് വെപ്രാളത്തിൽ ഒരു പെൺകുട്ടി ധൃതിയിൽ കടന്ന് വന്നത്. അവളെ കണ്ട കാഴ്ചയിൽ കണ്ണീർ തടഞ്ഞ് നിർത്താൻ പരാജയപ്പെട്ടു കൊണ്ട് ആ പെൺകുട്ടി വിതുമ്പി പൊട്ടി. വല്ലാത്തൊരു നോവോടെ. അനിയന്ത്രിതമായി. ഒന്നും മനസ്സിലാക്കാനാവാതെ അവൾ ഒരു കാഴ്ചക്കാരിയെ പോലെ നോക്കി നില്ക്കുമ്പോഴാണ് കുളിമുറിയിൽ നിന്ന് അയാൾ നനഞ്ഞ ടർക്കി ചുറ്റി ഇറങ്ങി വന്നത്. അയാളെ കണ്ടപ്പോൾ പെൺകുട്ടി ഇല്ലായ്മയിലെത്തിയ സ്വപ്നത്തിന്റെ നോവോടെ ഇടർച്ചയിൽ പറഞ്ഞു

“നിങ്ങളെ ഇത്രയും കാലം സ്നേഹിച്ചതിന്, കാത്തിരുന്നതിന് തന്ന പ്രതിഫലം കൊള്ളാം, ലോഡ്ജ്മുറിയിൽ അന്തിയുറങ്ങാനായി ഒരുവളെ കൊണ്ട് വന്നെന്ന് കേട്ടപ്പോൾ

സത്യമാകരുതേ എന്ന പ്രാർത്ഥനയിലാണ് ഓടിയെത്തിയത്. പക്ഷെ...”

വാക്കുകൾ മുഴുമിപ്പിക്കാനാകാതെ അവൾ പൊട്ടിക്കരഞ്ഞു തുടങ്ങി.

അയാൾ നിർവ്വികാരമായ, പരുക്കനായ ഒരു നോട്ടം മാത്രമാണ് അവൾക്ക് മറുപടിയായി നല്കിയത്.

അവൾ തുടർന്നു. “ഇല്ല. ഇനി ഞാൻ നിങ്ങളെ സ്നേഹിക്കില്ല. നിങ്ങൾക്കായി കാത്തിരിക്കില്ല. ഒരു വേശ്യയെ തൊട്ട കൈകൊണ്ട് നിങ്ങളെന്നെ തൊടണ്ട. എന്റെ പരിശുദ്ധിയെ അശുദ്ധമാക്കണ്ട. ഇത് പൊലെ ഒരു കാമഭ്രാന്തനെ സ്നേഹിച്ചതിൽ ഞാൻ സ്വയം ശപിക്കുന്നു”

ഇനിയും കൂടുതലായൊന്നും പറയ വയ്യാതെ ആ പെൺകുട്ടി മോഹഭംഗത്തിന്റെ, വിശ്വാസവഞ്ചനയുടെ തേങ്ങലോടെ കണ്ണ്പൊത്തി

കൊണ്ട് മുറി വിട്ടറങ്ങിയോടി.

അയാൾ അപ്പോഴും അതേ നിൽപ്പ് നിന്നു. നിർവ്വികാരമായി. എല്ലാം കണ്ട് നിന്ന അവളുടെ നെഞ്ഞ് വല്ലാത്തൊരു വിങ്ങലിലലച്ചു. അവൾക്ക് വേദനിച്ചു. വല്ലാത്തൊരു പാപഭാരത്തിന്റെ വേദനാധിക്യത്തിൽ അവൾ പറഞ്ഞു

"നിങ്ങളെന്തിന് എന്നെയിതിലക്ക് വലിച്ചിഴച്ചു?അല്ലെങ്കിലും നിങ്ങൾ ആണുങ്ങള് പൊതുവിൽ ഇങ്ങനെയാ. സ്നേഹിക്കാനറിയാതെ സ്നേഹം നടിക്കുന്നവർ. ആവശ്യങ്ങള്ക്ക് വേണ്ടി മാത്രം. ആ പാവം പെൺകുട്ടിയെ നിങ്ങൾ ... "

പറഞ്ഞു മുഴുമിക്കുവാനാതെ അവളാ മുറി വിട്ടിറങ്ങി പോയി.

വല്ലായ്മയുടെ അസ്വസ്ഥതയിൽ അപ്പോൾ അയാളുടെ കവിളിലൂടെ കണ്ണുനീർ ഒലിച്ചിറങ്ങുമ്പോൾ അയാളുടെ ഹൃദയം ഉരുവിട്ടു.

"ആണുങ്ങള്ക്കും സ്നേഹമുണ്ട്. ഹൃദയം തൊട്ടറിഞ്ഞ സ്നേഹം. പക്ഷേ ... "

പൂർത്തീകരിക്കുവാനാകാതെ അയാളുടെ ചങ്ക് ഇടറി മൂക്കിൽ നിന്ന് ഒരു തുള്ളി ചോര നിലത്തേക്ക് പൊട്ടി വീണു.

ഐ സീ യൂ

ഐസി യൂ വാർഡിന് മുൻപിൽ അവൻ നിൽക്കുന്നു.

മുഖത്തു ഉറക്കമൊഴിപ്പിന്റെ വല്ലാത്ത ക്ഷീണമുണ്ട്. അവന്റെ ഹൃദയം ദുർബലമായിരിക്കുന്നു.

ഇപ്പോൾ ഡോക്ടർ വാതിൽ തുറന്ന് ഐ സി യൂവിൽ നിന്ന് പുറത്തോട്ട് ഇറങ്ങുമ്പോൾ ഡോക്ടറെ കണ്ട് അവൻ പതുക്കെ എഴുന്നേൽക്കാൻ ശ്രമിക്കുന്നു. ഡോക്ടർ അവന്റെ ഷോൾഡറിൽ നേർത്ത രണ്ട് കൊട്ട് കൊട്ടി ഒന്നും മിണ്ടാതെ നടന്നു പോകുന്നു.

അവൻ ഇടറി പോകുന്നു. അവന്റെ കണ്ണുകൾ നിറഞ്ഞൊഴുകുന്നു.

ആ കണ്ണുകൾ കൊണ്ട് അവന്റെ ഉള്ളെനിക്ക് തിരിച്ചറിയാം. എനിക്ക് വേണ്ടിയാണ് അവൻ കരയുന്നത്. പക്ഷെ ഞാൻ നിസഹായയാണല്ലോ. ഞാനെങ്ങനെ അവനെ സമാധാനിപ്പിക്കും. അവനെന്നെ കാണാൻ പറ്റില്ലല്ലോ

ദ്വിമിത്രി

ദ്വിമിത്രി കസേരയിൽ നിന്നെഴുന്നേറ്റു.

യുവതിയും യുവാവും അയാളെ ഉറ്റു നോക്കികൊണ്ട് അവിടെ തന്നെ ഇരുന്നു.

ഫ്ലാസ്കിലെ ചായ, രണ്ട് കോപ്പകളിലേക്കായി പകർത്തുന്ന ദ്വിമിത്രിയെ നോക്കിയ യുവതിയുടെ ഹൃദയം ഒരു നിമിഷാർദ്ധം ശക്തിയായി മിടിച്ചു.

യജമാനത്വത്തിന്റെ അഹന്ത അവകാശവാദമാക്കിയെടുക്കാത്ത പുരുഷഗന്ധമുള്ള ദ്വിമിത്രി. സ്ത്രീവിമോചകനായ ദ്വിമിത്രി.

ട്രേയിൽ നിരത്തിയ ചായകോപ്പകൾ നീട്ടിയപ്പോൾ ആരാധന നിറഞ്ഞ പുഞ്ചിരിയോടെ അവൾ അതിൽ നിന്നൊന്നെടുത്തു. യുവാവ് മറ്റൊന്നും.

യുവാവ് അതൊരൊറ്റ വലിക്ക് അകത്താക്കി. യുവതി, തങ്ങൾക്ക് നേർ അഭിമുഖമായി കുറച്ചു കൂടി മുന്നോട്ട് കസാല വലിച്ചിട്ടിരുന്ന് ചായ കുടിക്കുന്ന ദ്വിമിത്രിയെ ആരാധനയോടെ നോക്കി .

ഇനി കൂടുതലായൊന്നും പറയണമെന്നില്ലാതെ, ഭാഷകളെ പരിമിതപ്പെടുത്തി കൊണ്ട് ദ്വിമിത്രി ഓർമ്മിപ്പിച്ചു

“അപ്പോൾ പിന്നെ?”

അഴിച്ചിട്ട തലമുടി, വീണ് കിടക്കുന്ന മുൻവശം ഒരു വശത്തേക്ക് കൈകൊണ്ട് ഒതുക്കി വെച്ചു യുവതി പറഞ്ഞു

“ഉവ്വ് സർ... ഇറങ്ങുകയാണ്... സാറിന് അടുത്ത ടീം വരാൻ സമയമായി കാണുമല്ലേ?”

“മുന്നേക്കുട്ടി പറഞ്ഞു വെച്ച സമയമാണ്. ചെറിയൊരു ബൈറ്റ്”

യുവതി തലകുലുക്കി.

കൈയിലെ ചായ കോപ്പ ട്രേയിൽ തിരികെ വെക്കുന്നതിനിടയിൽ യുവതിയുടെ ശ്രദ്ധ സത്കാരമുറിയിലെ ഷെൽഫിനകത്തു അടക്കം ചിട്ടയുമായി നിരത്തി വെച്ച പുസ്തകത്തിലേക്ക് പോയി. സ്ത്രീ വിമോചനവും സ്ത്രീസുരക്ഷയുമായി ബന്ധപ്പെട്ട പുസ്തകങ്ങളുമ്പാരങ്ങളുടെ വലിയൊരു ശേഖരമാണ് ആ ഷെൽഫെന്ന് ഒറ്റനോട്ടത്തിലവള്ക്ക് അനുഭവപെട്ടു.

യുവതിയുടെ കണ്ണിൽ കിടന്ന് തിരിയുന്ന നോട്ടം തിരിച്ചറിഞ്ഞ ദ്വിമിത്രി ആവേശത്തോടെ പറഞ്ഞു

“നഃ സ്ത്രീ സ്വാതന്ത്ര്യമർഹതി’ എന്ന മനുവാദത്തെ പൂർണ്ണമായും ഇനിയെങ്കിലും തകർത്തെറിയുക എന്നത് ഞാനടക്കമുള്ള നമ്മളൊരോരുത്തരുടെയും കടമയാണ്. അതിന് വീക്ഷണം വേണം, ഒരിക്കലും നിർത്താത്ത വായന വേണം, ചരിത്രം അറിയണം, ചുറ്റുപാടിനെ ആഴത്തിൽ പഠിക്കണം”

“ഈ വിഷയത്തെ കുറിച്ച് കൂടുതൽ ആധികാരികമായ ഒരു വിവരണം അടുത്ത അഭിമുഖത്തിലാവാം. അല്ലെ സർ?”

യുവാവ് ചോദിച്ചു.

ദ്വിമിത്രി ശാന്തതയോടെ തലകുലുക്കി. അപ്പോൾ അയാളുടെ ചുണ്ടിൽ അഭിമാനത്തിന്റെ ഒരു പുഞ്ചിരിയുണ്ടായിരുന്നു.

അങ്ങനെ ആ സംഭാഷണം അവസാനിച്ചു.

അവർ എഴുന്നേറ്റു. ദ്വിമിത്രിയും.

യുവാവും യുവതിയും ഇറങ്ങാനായി തുനിയുമ്പോൾ മുറ്റം കയറി അവൾ വന്നു. ഉച്ചവെയിലിന്റെ വിയർപ്പ് തട്ടുന്ന തലമുടിയുമായി കയറി വരുന്ന അവളെ കണ്ട് അഭിമാനത്തോടെ ദ്വിമിത്രി പറഞ്ഞു

“സിന്ധു. അതാണെന്റെ പങ്കാളി. ഇവിടടുത്തുള്ള സ്കൂളിലെ ടീച്ചറാണ്. ”

കൈയിൽ കെട്ടിയ വാച്ചിൽ നോക്കി ധൃതിയിൽ ഉമ്മറപടി കയറി വരുന്ന സിന്ധു യുവാവിനെയും യുവതിയെയും ഒന്ന് നോക്കി ചിരിച്ചു. തിരിച്ചു അവരും.

“ഹലോ മാഡം. ഞങ്ങൾ ടൈംസ് ഓഫ് റെലവന്റിൽ നിന്നാണ്. സാറിന്റെ ഒരു അഭിമുഖം എടുക്കാൻ...”

പ്രത്യേക മമതയൊന്നും പ്രകടമാക്കിയില്ലെങ്കിലും അവരൊന്നു

മൂളി.

സിന്ധുവിനോട് സ്നേഹത്തോടെ അതിലുപരി ബഹുമാന ത്തോടെ ദ്വിമിത്രി പറഞ്ഞു

"പോയി ഭക്ഷണം കഴിക്കൂ. ക്ഷീണിച്ചതല്ലേ. ബെല്ലടിക്കുന്നതിന് മുൻപേ സ്കൂളിലെത്തെണ്ടേ."

അല്പം പോലും പരുക്കമല്ലാത്ത, പങ്കാളിയോടുള്ള ദ്വിമിത്രിയുടെ ബഹുമാനം നിറഞ്ഞ സ്വരം പറയിക്കാൻ പറ്റാത്തത്രയും ആദരവ് യുവതിയിലും യുവാവിലും ഉണ്ടാക്കി.

സമയം ദീർഘിപ്പിക്കാതെ അവർ ഇറങ്ങി. ദ്വിമിത്രി അവരെ യാത്രയാക്കി.

ട്രേയിൽ ചായക്കോപ്പും ഫ്ലാസ്കും അടുക്കി അടുക്കളയിലേക്ക് നടക്കുന്നതിനിടയിൽ സിന്ധുവിനോടായി അകം കയറി വരുന്നതി നിടയിൽ ദ്വിമിത്രി പറഞ്ഞു.

"ഒന്ന് കുളിക്കണം. രണ്ട് മണിക്ക് ജനകീയം ചാനലിന്റെ ഒരു ഇന്റർവ്യൂ ഉണ്ട്. സ്ത്രീപുരോഗമനത്തിന്റെ ചരിത്രം. അതാണ് വിഷയം"

സിന്ധു ഒന്നും പറഞ്ഞില്ല. അടുക്കളയിലെ ബേസിൽ വെച്ച ചായ കോപ്പകൾ കഴുകുമ്പോൾ, സ്റ്റൗവിലെ പാത്രത്തിൽ ചായ തിളപ്പിച്ച ഫ്ലാസ്ക് നിറച്ച ഹാളിൽ വെക്കുമ്പോൾ, മേശയിൽ നിരത്തി വെച്ച ഭക്ഷണം എടുത്തു കഴിക്കുമ്പോൾ കുളിമുറിയിൽ നിന്ന് അയാളുടെ നേർത്ത പാട്ട് അവൾ കേട്ടിരുന്നുവെങ്കിലും മറ്റെന്തൊ വിഷയത്തിൽ അവൾ ആലോചനാമഗ്നയായിരുന്നു എന്ന് തോന്നിപ്പിച്ചു.

ഉച്ചച്ചോർ കഴിച്ച് കൈകഴുകി കഴിഞ്ഞപ്പോൾ കുളിമുറിയുടെ വാതിൽക്കൽ ചെന്ന് നിന്ന് ദ്വിമിത്രിയോടായി അവൾ പറഞ്ഞു

"ഇങ്ങ് തരൂ"

ഷവറിന്റെ കീഴിൽ നിന്ന് മാറി കൊണ്ട് അയാൾ അടച്ചിട്ട കതക് പകുതിയായി ഒരു കൈകൊണ്ട് തുറന്നു. മറുകൈ കൊണ്ട് അവൾക്ക് നേരെ അയാളുടെ അഴിച്ചിട്ട ഉടുതുണികൾ നീട്ടി. അതിൽ പഴകിയ വിയർപ്പിന്റെ ഗന്ധമുള്ള ഒരു ഷർട്ടും, ഒരു മുണ്ടും, പിന്നെയൊരു അണ്ടർവെയറുമുണ്ടായിരുന്നു.

സ്കൂളിലേക്ക് പോകും മുമ്പേയായി അവളത് തളത്തിലെ ബക്ക റ്റിൽ സോപ്പ്പൊടിയിട്ട് നനച്ചെടുത്തു അയലിൽ ഉണക്കാനിട്ടു. പിന്നെ ഉലഞ്ഞ സാരി ഒന്ന് ശരിയാക്കി ബാഗെടുത്തു സ്കൂളിലേക്ക് പോകാൻ ഇറങ്ങുമ്പോൾ കുളികഴിഞ്ഞു ചാരുകസേരയിൽ ഇരിക്കുന്ന

ദ്വിമിത്രിയോടായി അവൾ പറഞ്ഞു

"ഫ്ലാസ്കിൽ ചായ നിറച്ചുവെച്ചിട്ടുണ്ട്"

അയാൾ അപ്പോഴത് കേട്ടിരിക്കാനിടയില്ല. അടുത്ത അഭിമുഖത്തിന് വിശദീകരിക്കേണ്ട സ്ത്രീപക്ഷ കാഴ്ചപ്പാടുകളെ കുറിച്ചുള്ള ചിന്തയിലായിരുന്നു അയാളപ്പോൾ.

ഗേ

ശാരീരികമായ ആവശ്യങ്ങളെക്കാളും ഒട്ടും തന്നെ ഒഴിവാക്കാനാവാത്ത മാനസികമായ ഒരാവശ്യമാണ് ജോർജ്ജിനും നോയലിനും പരസ്പരമുള്ള പ്രണയം.

ഒരിക്കൽ അവർ അധരങ്ങളാൽ ചേർത്തു ചുംബിച്ചവർ, പ്രേമപൂർവം നെഞ്ചു ചേർന്നു കിടന്നവർ. ഓർമയിലെപ്പോഴും കാണുന്നത് ആ മുഖമാണ്. മനസ്സിൽ വർഷങ്ങളുടെ വേരുപിടിച്ചു പോയി അവരുടെ ആ പ്രണയത്തിന്. ഒരിക്കൽ തെറ്റും ശരിയും വിലയിരുത്തി മനോഹരമായ ഒരു പ്രണയത്തെ രണ്ടായി പിളർത്തിയ ഫാദർ ഗബ്രിയേൽ ചെയ്ത ക്രൂരതയുടെ വിടവുകളാണിപ്പോൾ ഈ കാണുന്ന കാലപ്പഴക്കം. എന്തെല്ലാം സംഭവിച്ചാലും തങ്ങളുടെ മനസ്സുകൾ തമ്മിൽ വേർപ്പെടില്ലെന്ന് പറയുവാനുള്ള ചങ്കുറ്റം അന്ന് ജോർജിനോ നോയലിനോ ഇല്ലായിരുന്നു. വ്യവസ്ഥിതിയെ മറികടക്കാൻ കൂട്ടാക്കാതെ, വിമർശനങ്ങളെയും പരിഹാസങ്ങളേയും നേരിടാൻ ധൈര്യമില്ലാതെ മക്കളെ സ്വത്വത്തെ മറച്ചു വെച്ചു മകളെ വിവാഹം കഴിപ്പിച്ച അവരുടെ അച്ഛനും അമ്മയും കണ്ടതത്രയും അവരുടെ ദാമ്പത്യത്തിലെ പാകപ്പിഴകളാണ്.

ഹോസ്റ്റൽ മുറിയുടെ വാതിൽ പഴുതിലൂടെ ഫാദർ ഗബ്രിയേലിന്റെ കണ്ണുകൾ ചൂഴ്ന്നിറങ്ങും വരേക്കും ജോർജ്ജും ഗബ്രിയേലും മറ്റുള്ളവർക്ക് മുന്നിൽ സ്വാഭാവികതയുള്ള രണ്ട് ആൺകുട്ടികൾ ആയിരുന്നു, നല്ല സുഹൃത്തുക്കൾ മാത്രമായിരുന്നു. പക്ഷേ കതകിൽ ആഴത്തിൽ പതിഞ്ഞ കൊട്ട്, വേർപെടാനാകാത്ത സ്നേഹത്തിന്റെ പുണരലുകളുമായി ബന്ധിപ്പിക്കപെട്ട ഹൃദയചുംബനങ്ങളിൽ നിന്നവരെ ഞെട്ടിയടർത്തി.

ന്നുറക്കപ്പെടുന്ന കതക്.

വിളറി വെളുത്ത രണ്ട് ആൺകുട്ടികൾ.

ഫാദർ ഗബ്രിയേലിന്റ കണ്ണുകളിലെ ക്രോധം.

ഫാദർ ഗബ്രിയേലിന്റെ നോട്ടം മിനുസപ്പെട്ട മാർബിൾ വരാന്തയിലൂടെ അവരെ ഫാദറിന്റ മുറിയിലേക്ക് നടത്തിക്കുമ്പോൾ വരാന്തയിൽ നിന്നിരുന്ന മറ്റ് ആൺകുട്ടികൾ പരിഹാസത്തോടെ കൂട്ടമായി ആർത്തു വിളിച്ചു

"ഒൻപതുകളെ"

ആ വിളിയിൽ , തനിക്കുവേണ്ടി കാത്തിരിക്കണമെന്നോ താൻ ഒരിക്കൽ നിന്നെ തേടി വരുമെന്നോയെന്നുള്ള വിശ്വാസം പോലും പരസ്പരം നൽകാനാകാതെ പൊട്ടിക്കരഞ്ഞുകൊണ്ട് രക്ഷിതാക്കൾക്കൊപ്പം രണ്ട് ധ്രുവങ്ങളിലേക്ക് പടിയിറങ്ങേണ്ടി വന്ന, പടിയിറക്കപ്പെട്ട രണ്ട് ആൺകുട്ടികൾ.

സദാചാരബോധവും മാമൂലുകളും കൊണ്ട് കെട്ടിതീർത്ത ശോകപര്യവസായിയായ രംഗം. അതേ രണ്ടുപേരാണ് ഇന്ന് ഒന്നിക്കുന്നത്. പതിനഞ്ച് വർഷങ്ങൾക്കിപ്പുറം ഏറ്റവും സ്വതന്ത്രമായ നിശ്ചയത്തിൽ. പ്രായപൂർത്തിയായവർ ഉഭയസമ്മതതോടെ നടത്തുന്ന സ്വവർഗരതി കുറ്റകരമല്ല എന്ന വിധി സുപ്രീംകോടതി പുറപ്പെടുവിക്കുമ്പോൾ ഇവിടെ സാധുവായത് അവരുടെ ജീവിതം കൂടിയാണ്.

ഐക്യദാർഢ്യങ്ങളും വിമർശനങ്ങളും ചാനൽ ചർച്ചകളും ഒച്ച പൊന്തുമ്പോൾ കെട്ടുപാടുകളെ പൊട്ടിച്ചെറിഞ്ഞു ജോർജ്ജും നോയലും തലയുയർത്തി തന്നെ പറയുന്നു.

"അതെ ഞങ്ങൾ പ്രണയത്തിലാണ്. ഞങ്ങൾളിപ്പോൾ ഒന്നിച്ചു ജീവിക്കുന്നു"

അതേ. സംഘർഷങ്ങളും ആശങ്കകളും ഇല്ലാത്ത സ്വാഭാവികമായ ഒരു ഗേ പ്രണയജീവിതം.

കൺകെട്ട് കളികൾ

തന്റെ ഭർത്താവിനില്ലാത്ത കാഴ്ചശക്തി തനിക്കും വേണ്ടെന്ന് തീരുമാനിച്ച് കണ്ണ് മൂടിക്കെട്ടി അന്ധയായി ജീവിച്ച ഗാന്ധാര രാജകുമാരിയായിരുന്ന ഗാന്ധാരിയുടെ കഥ മടിയിൽ കിടത്തി മകൾക്കു പറഞ്ഞു കൊടുക്കുകയായിരുന്ന ശ്രീഭ. തലമുടിയിൽ അലസമായി വിരലോടിച്ച് കൊണ്ട് പറഞ്ഞു കൊടുക്കുന്നതിനിടയിലാണ് കറുത്ത കൈലേസിന്റെ വരിഞ്ഞു മുറുക്കത്തിലെ കൊഴുത്ത ഇരുട്ടിലേക്ക് നിമ്മിമോളുടെ കാഴ്ചയെ അവൾ തള്ളിയിടുന്നതും. പിൻ കഴുത്തിൽ ഊഷ്മളമായ ഒരു ചുംബനം അധരങ്ങളാൽ പതിച്ച് കൊണ്ട് മകളെ മുറിയിലെ കസേരയിൽ മലർത്തിയിരുത്തി വലത് വശത്തെ തുറന്നിട്ട ജനാല പാളികൾ രണ്ടും കൊട്ടിയടച്ച് ശ്രീഭ പിന്നാക്കം ചുവട് വെച്ചു. കോസറി വിരിച്ച പട്ടു മെത്തയിൽ നിവർത്തി വെച്ച ലാപ്ടോപ്പിന് മുമ്പിലേക്ക് ധൃതിയിൽ ചെന്ന് കമഴ്ന്ന് കിടന്നപ്പോഴാണ് കട്ട പിടിച്ച ഇരുട്ട് കണ്ണുകളിലേക്ക് തുളച്ച് കയറി തുടങ്ങിയ അസ്വസ്ഥതയുടെ ഞെരക്കത്തിൽ മകൾ പറഞ്ഞത്

"മമ്മീ മോൾക്ക് ഗാന്ധാരിയമ്മയെ പോലെയീ കണ്ണുകെട്ടികളി വേണ്ട. നമുക്ക് വേറെ വല്ല കളിയും കളിക്കാം".

ലക്ഷ്യം തെറ്റുമെന്ന വെപ്രാളത്തിൽ ശ്രീഭ അനുനയപ്പെടുത്താനായി മകളെ പറഞ്ഞു പറ്റിച്ചു.

"അല്പം സമയം കൂടി കാക്ക് മോളൂ... ഒന്നുമില്ല പേടിക്കാന്. കുറേ നേരം ഗാന്ധാരിയമ്മയേ പോലെ ഇരുട്ടിലിരുന്ന് ഒടുവിൽ കണ്ണിലെ കെട്ടഴിക്കുമ്പോൾ എന്ത് രസമാണെന്നോ കാഴ്ചകൾ കാണാൻ. കണ്മുമ്പിൽ മോള്ക്കിഷ്ടപ്പെട്ടതെല്ലാം ഉണ്ടാകും. അല്പനേരം കൂടി മമ്മിയുടെ

മോള് ക്ഷമിക്ക്".

കുറ്റബോധത്തിന്റെ യാതൊരു തികട്ടലുമില്ലാത്ത കല്ലുവെച്ച അവളുടെ നുണയെ അപ്പാടെ വിശ്വസിച്ച് മകൾ ഇരുണ്ട ഉദയത്തിന് മുമ്പിൽ നിശബ്ദയായി കസേരയിലിരുന്നു.

ബാർബി പാവകൾ, ഐസ്ക്രീമുകൾ, പുത്തനുടുപ്പുകൾ , ഏറെ ഇഷ്ടപ്പെട്ട പൂവരശ്ശ് പൂക്കൾ. ഇഷ്ടപ്പെട്ട എന്തൊക്കെയോ സംഭവിക്കാൻ പോകുന്നെന്ന പ്രതീക്ഷയാണ് മകളുടെ മുഖത്ത്.

ശ്രീഭ അതൊന്നും ശ്രദ്ധിച്ചിരിക്കാൻ വഴിയില്ല. അവൾ ലാപ്ടോപ്പിലെ അയാളുടെ വീഡിയോ കോളിനെ സ്വീകരിച്ചു. അയാളെ കണ്ടപ്പോൾ അടക്കിയ ചിരിയിൽ അയാൾക്ക് മുമ്പിൽ തെല്ലും ക്ലേശമില്ലാതെ അവളുടെ ഇറുകിയ വസ്ത്രത്തിനിടയിൽ നിന്നും മുലകൾ വലിച്ച് പുറത്തോട്ടിട്ടു. മറുവശത്തിരുന്ന് ഒരു സീൽക്കാര ശബ്ദം പുറപ്പെടുവിച്ച് കൊണ്ട് അയാൾ തന്റെ കീഴ്ച്ചുണ്ട് വൈകാരികമായ അശ്ലീലതയോടെ ഒന്ന് കടിച്ചമർത്തി. കട്ടിലിൽ ചാഞ്ഞും ചെരിഞ്ഞും ശരീരത്തെ അപ്പാടെ ലാപ്ടോപ്പിനുള്ളിലേക്ക് കുത്തി നിറക്കാനുള്ള വ്യഗ്രതയ്ക്കിടയിൽ അവൾ പലപ്പോഴും മകൾക്ക് നേരെ കണ്ണുകൾ പായിച്ചു. ഇല്ല ഭാവമാറ്റമൊന്നുമില്ല, അവൾ ഒന്നും കാണുന്നും അറിയുന്നുമില്ലെന്ന ആശ്വാസത്തിൽ അവളുടെ ശരീരം വീണ്ടും വീണ്ടും ലാപ്ടോപ്പിനുള്ളിലേക്ക് അലിഞ്ഞു ചേർന്നു.

കഴിഞ്ഞ ഏഴ് വർഷമായി നിർത്താതെ അനുഭവിക്കുന്ന ഒരേ ഗന്ധത്തിനോടും രുചിയോടും തോന്നി തുടങ്ങിയ വിരക്തിയിൽ നിന്നാണ് പുതിയ ഇടങ്ങൾ, പുതിയ ബന്ധങ്ങൾ തേടി അവൾ സൈബർ ലോകത്തേക്കിറങ്ങിയത്. ഉറക്കം കൂട്ടുകൂട്ടിയ അടക്കാൻ മറന്ന് പോയ കണ്പോളകൾ അടുക്കളയിൽ സദാ അലഞ്ഞു നടക്കും. പിന്നെയുമാവർത്തനം പോലെ ഇരുളിൽ ചുണ്ടുകളെ ഈമ്പി വലിക്കുന്ന സിഗറ്റ് ഗന്ധമുള്ള അയാളുടെ അധരങ്ങൾ. വാക്കുകളാൽ, നോട്ടങ്ങളാൽ തന്നെ ഒരിക്കൽ പോലും അംഗീകരിക്കാത്ത, അയാൾ വടിച്ച് വൃത്തിയാക്കി പോകുന്ന ഭക്ഷണപാത്രത്തെ അവൾ പലവുരു വെറുപ്പോടെ നോക്കി. അയാളിലെ അവജ്ഞകൾ അവളെ വീർപ്പ് മുട്ടിച്ചു. യാമങ്ങളിൽ തന്റെ അടിവയറ്റിലേക്കാഴ്ന്നിറങ്ങുന്ന അയാളുടെ വെറും ശരീരത്തോടുള്ള വെറുപ്പിൽ അവൾ കരച്ചിലടക്കി കണ്ണുകളിറുക്കെയടച്ചു.

അതേ. മകളെ അയാൾ സ്നേഹിക്കുന്നു. മകൾക്കായ് സമയം മാറ്റിവെക്കുന്നു. പക്ഷേ തനിക്കായി... മടുത്ത അവഗണനയിൽ നിന്നും

ഓടിയൊളിക്കാൻ അവൾ കണ്ടെത്തിയ ഇടമായിരുന്നു സൈബർ ലോകം. തന്നെ, തന്റെ സൌന്ദര്യത്തെ, കവിതകളെ, കഥകളെ ഇത്രത്തോളം അംഗീകരിക്കുന്ന ഇടത്തിന്റെ ചൈതന്യത്തിന് മുമ്പിൽ അവൾ അയാളെ സർവ്വ പുച്ഛത്തോടെ നോക്കി. അതിരുകളില്ലാത്ത സൌഹൃദത്തിന്റെ ലോകത്ത് നിന്ന് തന്നെയാണ് ഒടുവിൽ അയാളെ, കാമുകനെന്ന താത്കാലിക വിളിപ്പേരിട്ടു കൊണ്ടവൾ തിരഞ്ഞെടുക്കുന്നത്. കൊച്ചു കൊച്ചു അംഗീകാരങ്ങൾ കൊതിച്ചിരുന്ന അവളെ അയാൾ സദാ വാക്കുകളാൽ സംതൃപ്തിപ്പെടുത്തി. അയാളുടെ പരിഗണനകളുടെ ഞെരക്കത്തിൽ അവളുടെ അടക്കിപിടിച്ച ചിന്തകളേയും വികാരങ്ങളെയും പുറത്തൊട്ടിട്ട് അവൾ ആനന്ദിച്ചു. ആർത്തലച്ചൊഴുകുന്ന അവളിലെ വികാരങ്ങൾ ഒരു പ്രതികാരിയുടെ ഉണർവോടെ നഗ്നദൃശ്യങ്ങളായി ലാപ്ടോപ്പ് സ്ക്രീനിൽ മിന്നി മറഞ്ഞു. പകലുകളിലെ അയാളെ അവൾ രാത്രിയിലെ ഭർത്താവിലേക്ക് സംയോജിപ്പിച്ചു.

ഒടുവിലത്തെ കിതപ്പിലാണ് സ്ക്രീനിൽ അയാൾ വെളിപ്പെടുത്തിയത്. ഞാൻ ഉടൻ വരുന്നു. ഇന്നത്തെ നിന്നെ എനിക്കായി തരൂ...

ഞെട്ടലിൽ അവൾ കണ്ണുകൾ മിഴിച്ച് എഴുന്നേറ്റിരുന്നു. രാത്രിയുടെ മുഷിഞ്ഞ വിയർപ്പിന്റെ ഗന്ധത്തിൽ നിന്ന് തന്നെ മോചിപ്പിക്കാൻ തന്റെ ശരീരത്തിന്റെ നിമ്നോന്നതങ്ങളിൽ പടർന്നു കയറാൻ അയാൾ വരുന്നു. താനിതു വരെയും നേരിൽ കാണാത്ത ഒരുവൻ. തന്നെ അംഗീകരിക്കുന്ന തന്നെ അവഗണിക്കാത്ത ഒരുവൻ. വരണ്ടുപോയ സ്വത്വബോധത്തെ വീണ്ടും ഉണർത്തിയ ഒരുവൻ. ഓർത്തപ്പോൾ ഉൾക്കണ്ണിൽ വിടർന്ന സാങ്കല്പികതയുടെ വിറയലിൽ അവൾ മകളുടെ അടുത്ത് ചെന്നവളുടെ ചുമലിൽ പിടിച്ച് ചെവിയിൽ മന്ത്രിച്ചു

“അല്പം നേരം കൂടി ക്ഷമിക്കു. കണ്ണ് തുറക്കുമ്പോൾ മനോഹരമായ, നീ ഇഷ്ടപ്പെടുന്നതെല്ലാം നിനക്ക് മുമ്പിലുണ്ടാകും”

അയാളെ കാണാനുള്ള അയാളിലേക്കലിയാനുള്ള വെമ്പലിൽ മകളുടെ ചിണുങ്ങിയ പൊട്ടിചിരികളെ അവൾ കണ്ടില്ല. മസ്തിഷ്കത്തിനകത്ത് ആകെ ഒരു ഭ്രാന്തൻ ഉന്മാദം നിമിഷാർദ്ധംകൊണ്ട് വ്യാപിച്ചിരിക്കുന്നു.

അവൾ വിസ്തരിച്ച് ഒരു കുളിയ്ക്ക് ശേഷം അലമാരയിലെ കഞ്ഞിപശയുടെ മണമുള്ള ചുകന്ന പട്ടുസാരി ദേഹത്തു വലിച്ചുചുറ്റി. നീണ്ട് ഇടതൂർന്ന മുടി കോതി മിനുക്കി. സിന്ദൂരം കൊണ്ട് നെറ്റിയിൽ ഒരു വട്ടപ്പൊട്ട്, കഴുത്തിൽ നാഗപടല മാല, മങ്ങിയ നിലയിൽ ചുണ്ടിൽ തേച്ചെടുത്ത ചായം. ആഹാ വശ്യം!

ഉമ്മറത്തിറങ്ങി ഹൃദയത്തിന്റെ പിടച്ചിലുമായി തെരുവിന്റെ സഞ്ചാരം അവൾ നോക്കി. അതൊരു കാത്തിരിപ്പാണ്. ഒന്നും ആരും അറിഞ്ഞു കൂട. മകൾ പോലും.

ഭ്രാന്തവേഗത്തിൽ വീഥിയിലൂടെ കടന്ന് വരുന്ന കാറ് കണ്ടപ്പോളേ അവൾക്ക് മനസ്സിലായി അത് തന്നെ തേടിയുള്ളതാണെന്ന്. അവൾ ഉമ്മറത്തെ കതക് തുറന്നു. അയാൾ കാറ് ഗേറ്റിന് പുറത്ത് വീടിനല്പം അകലെയായി നിർത്തി. ഗേറ്റ് തുറന്നുള്ള അയാളുടെ കടന്ന് വരവ് അവളുടെ അന്തരത്തിൽ വല്ലാത്തൊരു പിടച്ചിൽ ചുരത്തി. ചിത്രത്തിൽ കണ്ട പോലെ തന്നെ അയാൾ.

യാതൊരു മാറ്റവുമില്ല. അവൾ അയാളെ നോക്കി പുഞ്ചിരിച്ചു. അവൾ അയാളെയും. അയാളുടെ രൂപത്തെ വിസ്തരിച്ചൊന്നു വിലയിരുത്താനുള്ള സമയം അവൾക്ക് ലഭിച്ചില്ല. അതിനും മുൻപേ, അകത്ത് കയറിയതും എന്തെങ്കിലും പറയുന്നതിനും മുമ്പായി അയാൾ വലിച്ചടച്ച കതകിനോട് ചാരി നിർത്തി അവളുടെ നെറ്റിയിലും കവിളിലും ചുണ്ടിലും കഴുത്തിലുമായി ദീർഘനേരം ചുംബിച്ചവളെ ശ്വാസം മുട്ടിച്ചു. അയാളുടെ മുഖവും വിരലുകളും അവളുടെ ശരീരത്തിലൂടെയലഞ്ഞു. ഇടയിലെപ്പോഴോ അയാളിൽനിന്നുമുതിർന്ന സീൽക്കാര ശബ്ദത്തെ തടയാനായി തന്റെ വിരലുകൾ കൊണ്ടയാളുടെ ചുണ്ടമർത്തി അവൾ ഓർമ്മിപ്പിച്ചു

"മകളുണ്ട് അകത്ത്. ശബ്ദമുണ്ടാക്കരുത്"

അനുസരണയുള്ള കുട്ടിയെ പോലെ അയാൾ അവളെ കൂടുതൽ വലിച്ചടുപ്പിച്ചു. അയാളിലേക്ക് ചേർന്ന് നിന്ന അവളെ ഹാളിലെ സോഫയിലേക്കെറിഞ്ഞു. മകളുടെ സാമീപ്യത്തിലെ നിശബ്ദമായ ഭ്രാന്തൻ നിമിഷങ്ങൾ. തന്റെ സ്വത്വത്തിന് മേലുള്ള ശരീര സൌന്ദര്യത്തിന് മേലുള്ള അയാളുടെ അംഗീകാരം അവൾക്ക് മേൽ ഊർന്നിറങ്ങുന്നതിലെ അഭിമാനത്തിൽ തന്നെ നിത്യവും അപമാനപ്പെട്ടുത്താറുള്ള ഭർത്താവിനെ അവൾ ചുണ്ടിന്റെ കോണിൽ പുഞ്ചിരി വിടർന്ന പ്രതികാരത്തോടെ ഓർത്തു. അതേ പ്രതികാരത്തോടെ അവൾ കിതച്ചു. കിതപ്പിനിടയിലെ അവസാനത്തെ നിശ്വാസത്തിൽ അയാളോട് ചേർന്ന് കിടന്ന് കൊണ്ട് അവൾ അയാളോടായി ചോദിച്ചു

"ആർ യൂ സാറ്റിസ്ഫൈഡ്?"

അതിനയാൾ വ്യക്തമായി മറുപടി നൽകിയില്ല. പക്ഷേ അയാളുടെ കണ്ണുകൾ ഉണർന്നു. ഉണർന്ന കണ്ണുകൾ മുറിയിലെ കണ്ണ്കെട്ടിയിരിക്കുന്ന പെൺകുട്ടിയിലേക്ക് ആഴത്തിൽ ചെന്ന് വീണു, ഉടൽ പൊള്ളും

നോട്ടത്തിൽ. അവളത് കണ്ടില്ല, കണ്ടിരിക്കാൻ വഴിയില്ല. പ്രതികാരിയുടെ ഒടുവിലത്തെ വിജയത്തിന്റെ ആനന്ദത്തോടെ അവൾ അയാളെ തന്നിലേക്ക് ഒന്നുകൂടി വലിച്ചടുപ്പിച്ചു. അപ്പോൾ അയാളുടെ ഹൃദയം മന്ത്രിച്ചു "കുത്തിച്ചി". അവളത് കേട്ടില്ല. ഒരിക്കലും കേട്ടിരിക്കാൻ വഴിയില്ല. അയാൾ ചിരിച്ചു. അവളും. പക്ഷെ അപ്പോഴേക്കും അവൾ മറന്ന് കഴിഞ്ഞിരുന്നു കണ്ണിലെ കെട്ടഴിക്കുമ്പോൾമകൾക്ക് മുമ്പിൽ നിരത്തിവെക്കാൻ പോകുന്ന കപടമായ ചില വാഗ്ദാനങ്ങളെ കുറിച്ച്.

കടൽ

നിലാവിന്റെ വെട്ടത്തിൽ, മുകൾപരപ്പിലെ ആകാശം നോക്കി വള്ളത്തിൽ നിവർന്ന് കിടക്കുന്ന അഭിമന്യുവിനെ സുമിത്ര തന്നിലേക്ക് വലിച്ചടുപ്പിച്ചു. നിലാവിൽ മുങ്ങിയ അയാളുടെ മുഖം കണ്ട വൾക്ക് പ്രേമപൂർവ്വമായ വാത്സല്യം അനുഭവപ്പെട്ടപ്പോൾ വിറക്കുന്ന ചുണ്ടുകൾ കൊണ്ട് അവളവന്റെ ചുണ്ടുകളിൽ സ്പർശിച്ചു, അവളുടെ ചൂട്ശ്വാസം അവന് പകർന്നു. അനന്തരം ചുണ്ടുകൾ തമ്മിൽ വേർ പ്പെട്ടപ്പോൾ അവളുടെ പ്രേമം അതിന്റെ തീവ്രതയിലെത്തി. അവനെ നെഞ്ചോട് ചേർത്തു കിടത്തി അവന്റെ വിരലുകളിൽ അവളുടെ വിരൽ കോർത്തു നടുക്കടലിലെ വള്ളത്തിൽ അവർ നിവർന്നു കിടന്നു. അവന്റെ കണ്ണുകൾ നിറഞ്ഞു തുടങ്ങി. അവൻ നനഞ്ഞ ശബ്ദത്തിൽ ചോദിച്ചു

"ഇനി എങ്ങോട്ടാണ്"

ഈർപ്പം പുരണ്ട അവന്റെ നനഞ്ഞ മുഖത്തു ചുംബിച്ചു കൊണ്ടവൾ പറഞ്ഞു

"ഇല്ല... ഇവിടം വരെ മതി"

ജീവിതത്തെ കുറിച്ച് ഏതാണ്ട് ഒരു തീരുമാനത്തിലെത്തിയ പോലെ അവളുടെ ശബ്ദം ആ നടുക്കലിൽ മുഴച്ചു നിന്നു.

അവളുടെ മുഖത്തു അങ്കലാപ്പൊന്നുമില്ലെന്ന് കണ്ടപ്പോൾ അഭിമ ന്യുവിന് നേർത്ത ആശ്വാസം തോന്നി.

ആരോടും യാത്ര പറഞ്ഞല്ല അവൻ ഇറങ്ങി പോന്നത്. അവൾ വിളിച്ചപ്പോ പെട്ടെന്നിറങ്ങി പോന്നതാണ്.

അന്നതിന് മുട്ടില്ലാത്ത, ഒന്നിനും കുറവില്ലാത്ത, അന്തസ്സും ആഭിജാത്യവും മുറുകെ പിടിച്ച നായർ കുടുംബത്തിലെ ഇളയ ആണ്തരിക്ക് എപ്പോഴാണ് മുക്കുവ പെണ്ണിനോട് പ്രേമം തോന്നിയത്.

രാപക്ഷി കൂവുമ്പോൾ, തലവഴി വെള്ളം കോരിയൊഴിച്ച നിവർന്ന് കിടക്കുന്ന കടലിന്റെ മാറിലേക്ക് വള്ളം തുഴയുന്ന അവന്റെ മുക്കുവ പെണ്ണ്.

തിരുവാൾ ചത്തു പോയതിൽ പിന്നെ, വാതം പിടിച്ച അപ്പൻ കിടപ്പിലായതിൽ പിന്നെ അവൾ അങ്ങനെയാണ്. ആകാശമേലാപ്പിൽ നിന്ന് ജലപരപ്പിലേക്ക് വീശിയെറിയുന്ന വലയിൽ കുരുങ്ങുന്ന മീനുകളിൽ മാത്രം ജീവനോപാധി കണ്ടെത്തുന്നവൾ.

ഡിഗ്രി അവസാനവർഷത്തിലാണ് സുമിത്ര അഭിമന്യുവിനെ കാണുന്നത്. സുവോളജി ലാബിന്റെ മുന്നിൽ പരുങ്ങി നിൽകുന്ന ഒന്നാംവർഷ ജൂനിയർ ചെക്കനെ കണ്ടപ്പോൾ പുതുമകളിലേക്ക് അവളുടെ ഹൃദയം അഴിഞ്ഞു വീണു. അവന്റെ നിഷ്കളങ്കമായ മുഖം അവളുടെ കണ്ണുകളിലൂടെ തുളഞ്ഞു കയറി തലച്ചോറിൽ തരുതരപ്പുണ്ടാക്കിയപ്പോൾ അവനോട് അടുപ്പവും പരിചയവുമുണ്ടാക്കാൻ കൂടുതൽ ഉൾച്ചേർന്നവൾ നടന്നു. ഒരു ദിവസം പ്രേമത്തിന്റെ ഊഷ്മളതയിൽ സുവോളജി ലാബിന്റെ പിൻവശത്തു വെച്ച ഒറ്റകെട്ടിപ്പിടുത്തത്തിൽ അവളവന്റെ ഹൃദയത്തെ കീഴ്പ്പെടുത്തി. ചോദിക്കുന്നവരോടെല്ലാം അവൾ പറഞ്ഞു, അല്ലെങ്കിലും പ്രണയിക്കാൻ വയസ്സൊരു തടസ്സമാണോ?

ജീവിതത്തെ ഒരു വാതിലിനിപ്പുറം കാത്തു നിർത്തികൊണ്ട്, കനത്ത ഒരു കാറ്റിൽ ചിതറിതെറിക്കുന്ന വള്ളത്തിൽ ജീവിതത്തിന്റെ മറുവശം വിയർപ്പാക്കുന്ന മുക്കുവപെണ്ണിനോട് അഭിമന്യുവിന് ആഴത്തിൽ സ്നേഹം തോന്നിയപ്പോഴെല്ലാം അവനും ചോദിച്ച അല്ലെങ്കിലും പ്രണയിക്കാൻ വയസ്സൊരു തടസ്സമാണോ.

കോളേജിന്റെ നടപ്പ് വഴിയിലെ ആളൊഴിഞ്ഞ ആൽമര ചുവട്ടിലിരുന്ന് എത്രയോ തവണ സുമിത്രയുടെ, നിരപ്പായ കടലിന്റെയും നീലാകാശത്തിന്റെയും അനുഭവങ്ങൾ അഭിമന്യു കേട്ടു. ദയനീയതകളോട് പരുവപ്പെട്ട അവളുടെ ജീവിതത്തെ അവൻ കേട്ടു. അപ്പോഴൊക്കെയും നിശബ്ദതയോടെ അവളുടെ നെഞ്ചിൽ ശിരസ്സ് ചേർത്തവൻ കണ്ണീരൊഴുക്കുമ്പോൾ തൽക്ഷണം അവനെ കെട്ടിപ്പിടിച്ചുമ്മകൾ കൊടുത്തവളാ കണ്ണീർ തുടച്ചു നീക്കി. ഉറക്കം പൂർണ്ണമായും വിട്ടകന്ന രാത്രികളിൽ സുമിത്രയുടെ ഓർമ്മകളിൽ അഭിമന്യു ജീവിച്ചു തുടങ്ങി.

എന്നാൽ തനിക്കു ചുറ്റും ജീവിക്കുന്നവരുടെ, വാക്കുകൾ നീണ്ടു നിരന്ന് കിടക്കുന്ന ആഭിജാത്യത്തിന്റെ നിഘണ്ടുവിലെവിടെയും കാണാൻ പോലുമില്ലാത്ത ഒന്നാണ് ഒരു മുക്കുവ പെണ്ണിന്റെ പേര് എന്നതായിരുന്നു പ്രഥമ ദൃഷ്ടിയാൽ അഭിമന്യുവിന്റെ വീട്ടുകാർ കണ്ടെത്തിയ പ്രശ്നം. കുടുംബത്തിൽ ഒന്നിച്ചു ജീവിക്കാൻ സമ്മതിക്കില്ലെന്നായപ്പോൾ , സുമിത്രയോടൊപ്പം വീട്മാറി ഒറ്റക്ക് ജീവിക്കാമെന്നായി അഭിമന്യു. ഇവിടെ കാലങ്ങളായി പിന്തുടരുന്ന, ആഭിജാത്യമില്ലാതവും എന്ന പേടിയിലാണ് അഭിമന്യുവിന്റെ വീട്ടുകാരിൽ ദുരഭിമാനം സൃഷ്ടിക്കപ്പെട്ടത്. വേർപെടുത്താൻ സാധിക്കാതെ വന്നപ്പോൾ, മനസമാധാനം തുലഞ്ഞു തുടങ്ങിയപ്പോൾ അത് വാശി, ഭീഷണി, വെട്ട്, കുത്ത് എന്നിങ്ങനെ നാനാതരത്തിൽ വിഭജിക്കപ്പെട്ടുമെന്ന അവസ്ഥയിലായി. സുമിത്രയുടെ പൊരയിലേക്കവർ കടന്ന് ചെന്നു. കുടുംബത്തിന്റെ സൽപ്പേരിനായി പണം നിരത്തി, അതിനോടവൾ മുഖം തിരിച്ചപ്പോൾ ജീവന് ഭീഷണി നൽകി, കോസഡികട്ടിലിൽ തളർന്ന് കിടക്കുന്ന അപ്പനെ നോക്കി മുന്നറിയിപ്പ് നൽകി. എന്നിട്ടും അവിടെ യാതൊരു വിധത്തിലുള്ള കുലുക്കവും അവനിലോ അവളിലോ സംഭവിച്ചില്ല. കാരണം അവരുടെ പ്രേമം സത്യമായിരുന്നത് കൊണ്ട് തന്നെ ഏതൊരുവനും അടിപതറുന്നതായ യാതൊന്നും തന്നെ അവരിൽ വർത്തിക്കാൻ സാധിച്ചില്ല എന്നത് തന്നെ. പകരം അവിടെ സംഭവിച്ചത് ഇപ്രകാരമാണ്. അവനെ നെറുകയിൽ തലോടി, കവിളിൽ ചുംബിച്ചു കൊണ്ട് അവൾ വീട്ടിൽ നിന്നിറക്കി കൊണ്ട് വന്നു. അവളിലേക്ക്. ദുരഭിമാനം ദുരന്തമാകുന്നതിനും മുൻപേ സർവ്വസ്വവും നഷ്ടപ്പെടുത്തി അവനിറങ്ങി ചെന്നു. അവളിലേക്ക്. എങ്ങോട്ടെന്ന് ചോദിക്കാതെ അവൻ ഇറങ്ങി ചെന്നു. കരയുടെ ഏടാകൂടങ്ങളിൽ നിന്നവനെ നിരപ്പായ കടലിന്റെയും നീലാകാശങ്ങളുടെയും ലോകതെക്കാണവൾ കൂട്ടിക്കൊണ്ടു വന്നത്.

ഇത്രയൊക്കെ ഓർമ്മയിൽ വന്നപ്പോൾ എന്തുകൊണ്ടോ, അരികിൽ പറ്റി ചേർന്ന് കിടക്കുന്ന അവന്റെ കൺതടം വല്ലാതങ്ങ് നനഞ്ഞു. അപ്പോൾ കരയിലെ നിരാശജനകമായ കലഹങ്ങളില്ലാതെ നടുക്കടലിലെ വള്ളത്തിൽ തന്റെ നെഞ്ച് പറ്റി കിടക്കുന്ന അവന്റെ ആ കണ്ണീർ നിലാവിന്റെ വെട്ടം ചേർത്തവൾ വാത്സല്യത്തോടെ ഒപ്പിയെടുത്തു. ആ നിമിഷം നേർത്ത ആശ്വാസത്തോടെ അഭിമന്യു പറഞ്ഞു

“മതി... ഇവിടം വരെ മതി... ഇനിയാരും നമ്മളെ തിരഞ്ഞു വരില്ല”

അവർ പ്രേമത്തോടെ അന്യോന്യം മുറുകെ കെട്ടിപ്പിടിച്ചു.

അപ്പോൾ അവിടെ നടുക്കടലിൽ നിന്ന് നോക്കിയാൽ അവരുടെ കാഴ്ചവെട്ടത്തു തെളിയുന്നതെല്ലാം ഓളപരപ്പായിരുന്നു. കാറ്റിന്റെ തണുപ്പേറ്റ് രോമകൂപങ്ങൾ നിവരുമ്പോൾ പശ്ചാത്തലത്തിൽ മുഴങ്ങുന്നത് തിരമാലയുടെ ആരവവും.

വിധവയുടെ മകൻ

മെഴുകിയ മുറ്റത്ത് വിഷാദമൂകനായി കുന്തിച്ചിരിക്കുന്ന മകന് സങ്കടമടക്കാനായില്ല. തളർന്ന കണ്ണുകളിലൂടെ കണ്ണുനീര് ഒഴുകി തുടങ്ങിയിരിക്കുന്നു. എങ്ങനെ സഹിക്കും, അമ്മയുടെ വിവാഹമാണ് നാളെ. അതേപ്പറ്റി ഓർക്കുമ്പോൾ നെഞ്ചിനുള്ളിൽ നുറുങ്ങി വീഴുമ്പോഴത്തെ പോലെയുള്ള വേദനയാണ്. അസഹ്യമായ വേദന. അച്ഛനൊപ്പം മൂന്ന് നാല് വർഷം കൂടെ കിടന്ന മകനാണ്. ഒടുവിൽ അമ്പലപടിയിൽ നിന്നുരുണ്ട് വീണ് മണ്ണ് ചുകന്ന് കുതിരുന്നതും പിന്നീട് അച്ഛന്റെ തലക്കലെ പുകയുന്ന കർപ്പൂരവും സാമ്പ്രാണിയും കാണാനായിരുന്നു യോഗം. അതോടെ അമ്മയുടെ സംസാരം നിലച്ചു. കളിയും ചിരിയും തീർന്നു. വീടിന്റെ വടക്കേ കോലായിയിൽ സദാ ഒരു ഭ്രാന്തിയെ പോലെ ഉലാത്തി. മകനറിയാം അച്ഛൻ ഇനിയൊരിക്കലും മടങ്ങി വരില്ലെന്ന്. അതോർക്കുമ്പോഴെല്ലാം ദുഃഖം നിറഞ്ഞ കണ്ണുകളിലെ സ്മരണകളുമായി മകൻ അമ്മയെ ദയനീയതയോടെ നോക്കി. ഖേദം പ്രകടിപ്പിച്ച് ഇനിയും അമ്മയെ വിഷമിപ്പിക്കാന് മകനിഷ്ടമില്ലാത്തത് കൊണ്ട് പരസ്പരമുള്ള നോട്ടങ്ങളിൽ നിന്ന് പലപ്പോഴും മകൻ മനഃപൂർവം കണ്ണുയച്ചു. അതിൽ കൂടുതലായൊന്നും മകന് ചെയ്യാനാകുമായിരുന്നില്ല. ഭിത്തിയിൽ കുമിഞ്ഞു കത്തുന്ന വൈദ്യുതപ്രഭയ്ക്ക് മുമ്പിലെ തൂക്കിയിട്ട അച്ഛന്റെ ഫോട്ടോയ്ക്ക് മുമ്പിൽ വിശപ്പും ദാഹവും നഷ്ടപ്പെട്ട അമ്മ വരണ്ട തൊണ്ടപൊട്ടി കരയുന്നതും പതിവായി. നിലയ്ക്കാത്ത കരച്ചിൽ. ഉറക്കം നഷ്ടപ്പെട്ട ചില രാത്രികളിൽ മകന്റെ ദേഹത്ത് കൂടെ ചൂടുള്ള നനവ് ഒലിച്ചിറങ്ങും... കരഞ്ഞ് ചീർത്ത കൺപോളകൾ തുടച്ച് മകനെ കൂടുതൽ അടുത്തേക്ക് ചേർത്തു കിടത്തി വേദനയുടെ ഇടർച്ചയോടെ അമ്മ പറയും

“നമ്മക്കാരും ഇല്ലല്ലൊ അപ്പൂ... അച്ഛൻ നമ്മളെ തനിച്ചാക്കി പോയില്ലെ”

മകനൊന്നും മിണ്ടില്ല. നെഞ്ചിനകത്തു തീകനൽ വന്ന് വീണത് പോലെയാണ് അമ്മയുടെ കരച്ചിലുകൾ മകന്. തന്റെ ദുഃഖം മകനാരോട് പറയാനാണ്...

എന്നിട്ടിപ്പൊ ആ അമ്മ വിവാഹം കഴിക്കാൻ പോവ്വാണ്.

ഒരിക്കൽ പകൽ അമ്മാമ്മ വന്നു. സങ്കടം സഹിക്ക വയ്യാതെ കരയാനായുമ്പോൾ അമ്മാമ്മ പറഞ്ഞു

“നീയ്യ് അപ്പുവിനെയും കൂട്ടി ഇറങ്ങിക്കോ... മതി ഇവിടത്തെ പൊറുതി... ഇനി തറവാട്ടീ നിന്നാ മതി... ഇല്ലാച്ചാ ഇവിടിങ്ങനെ തനിച്ചായാ നിനക്ക് പ്രന്താവ്ണതും കാണേണ്ടി വരും”

വീട് വിട്ടിറങ്ങുമ്പോൾ സങ്കടം തോന്നി. കരച്ചിൽ വന്നു. അച്ഛന്റെ ഓർമ്മകളാണാ വീട്. അച്ഛൻ ജീവിച്ചിരുപ്പുണ്ടായിരുന്നെങ്കിൽ ഇപ്പോൾ ഇങ്ങനെ ഇറങ്ങി പോകേണ്ടി വരില്ലായിരുന്നു.

പതിയെ, മകൻ അമ്മയുടെ തറവാട്ടിലെ തൊടിയിൽ പൂത്തുമ്പി പോലെ പാറി നടന്നു തുടങ്ങി. ഇപ്പൊ അമ്മ ലേശമൊക്കെ മാറി തുടങ്ങിയിരിക്കുന്നു. കരച്ചിലിനെല്ലാം ഒരായാസം വന്നിരിക്കുന്നു. ഭർത്താവ് മരിച്ചെന്ന് കരുതി വീടിനകത്തിങ്ങനെ ചടഞ്ഞു കൂടിയിരിക്കരുതെന്ന കാരണവന്മാരെ ഉപദേശം സഹിക്ക വയ്യാണ്ട് ക്രമേണ അമ്മ പുറത്തിറങ്ങി നടന്നു തുടങ്ങി. വൈഷമ്യങ്ങളിൽ നിന്നൊരു മോചനവും അനിവാര്യമായിരുന്നു. കവുങ്ങിൻ തോപ്പിലൂടെ അമ്മയുടെ കൈപിടിച്ചു നടക്കുമ്പോൾ പലപ്പോഴും അമ്മക്ക് നേരെയുള്ള ഒരു പരിഷ്കാരിയായ യുവാവിന്റെ മൂർച്ചയുള്ള നോട്ടം മകന്റെ ശ്രദ്ധയിൽ പെട്ട് തുടങ്ങി. വാസനസോപ്പിന്റെ ഗന്ധമുള്ള കട്ടിക്കണ്ണട വെച്ച ആ പരിഷ്കാരിയായ മനുഷ്യൻ മെലിഞ്ഞിട്ടാണെങ്കിലും സുന്ദരനായിരുന്നു. ഒരിക്കൽ അമ്മാമ്മ അതേ കവുങ്ങിൻതോപ്പിൽ വെച്ചു അയാളെ അമ്മക്ക് പരിചയപ്പെടുത്തി.

“നിനക്ക് അറിയോ ഈ വിദ്വാനെ, പുതിയ കൃഷി ഓഫിസറാ”

അമ്മ മിണ്ടിയില്ല. അബദ്ധത്തിൽ പോലും അയാളുടെ മുഖത്തേക്ക് നോക്കിയതായും മകൻ കണ്ടില്ല. അമ്മ സാരിത്തുമ്പ് തെരു പിടിച്ചു നിസ്സംഗമായി തല കുനിച്ചു നിന്നു. അയാളാകട്ടെ തെല്ലൊരു പരിഭ്രമത്തോടെ, കണ്ണുകളിൽ തിളങ്ങുന്ന വല്ലാത്തൊരു പാരവശ്യത്തോടെ അയാളുടെ നെഞ്ചു തടവുന്നതായി മകന്റെ ശ്രദ്ധയിൽ പെട്ടു. എന്നാൽ

അതിനിടയിൽ അവരുടെ കണ്ണുകൾ പരസ്പരം നോട്ടങ്ങളുമായി കോർത്തു കഴിഞ്ഞത് മകന്റെ ശ്രദ്ധയിൽ ഒട്ടുമേ പെട്ടില്ല. വർണ്ണാഭമായ ഒരു അനുഭൂതി അതിൽ പിന്നെ എത്രയെളുപ്പത്തിലാണ് അമ്മയിലേക്ക് ഒഴുകി വന്നത്. സുഖദമായ ഒരു കുളിർമയിലേക്കാണ് അമ്മ എടുത്തെറിയപ്പെട്ടത്. മാന്തോപ്പിലെ, കവുങ്ങിൻ തോപ്പിലെ, അതിരുകളിലെ-ഇടയുന്ന കണ്ണുകളിലെ മൊട്ടിട്ട മോഹങ്ങളിൽ പഴയകാല സ്മൃതികളത്രയും കൊഴിഞ്ഞു വീണു. ഒന്നും മകനറിഞ്ഞില്ല. അവശേഷിക്കുന്ന പൊക്കിൾകൊടി ബന്ധത്തെ ഒരു നെടുവീർപ്പിലൊതുക്കുവാൻ മാത്രം ക്രൂരവും നിന്ദ്യവുമായി അമ്മയുടെ ഉള്ളിലെ വൈകാരികതകൾ സ്വാർഥതയിലേക്ക് പരിണമിച്ചത് പോലും മകനറിഞ്ഞില്ല.

ഒരിക്കൽ വീടിന്റെ മുമ്പിൽ ഒരു കാറ് വന്ന് നിന്നു. പടിഞ്ഞാറെ വശത്തെ അടുക്കളവാതിലിലൂടെ ഓടി കിതച്ച് അകത്ത് കയറിയ മകൻ അകത്തെ കതകിന്റെ പുറകിൽ മറഞ്ഞു നിന്ന് എല്ലാം കണ്ടു. അമ്മായി അവർക്ക് ചായ വെച്ച് നീട്ടുന്നു, അമ്മാമ്മ അമ്മയെ വിളിച്ച് വരുത്തുന്നു, കൂട്ടത്തിൽ കട്ടി കണ്ണട വെച്ച പരിഷ്കാരിയായ ചെറുപ്പക്കാരന് അമ്മയോട് എന്തെല്ലാമോ ചോദിച്ചു. പിന്നീട് കൂടെയുള്ളവരും എന്തൊക്കെയോ ചോദിക്കുന്നുണ്ടായിരുന്നു. അമ്മ മറുപടി പറയുന്നുണ്ടെങ്കിലും മകന് അതൊന്നും വ്യക്തമായി കേൾക്കാന് സാധിച്ചില്ല. എന്നാലും മകന് ഉള്ളിലെവിടെയോ അകാരണമായ ഒരു നീറ്റലനുഭവപ്പെട്ടു. അന്ന് രാത്രിയിൽ മുറിക്കകത്തെ ഭിത്തിയിലെ അച്ഛന്റെ പടം അമ്മാമ്മ അടുക്കളയിലെ പഴയ ഒരു പത്തായത്തിലേക്ക് വലിച്ചിട്ടപ്പോൾ മകന്റെ ചങ്ക് ഒരുൾകിടിലത്തോടെ വല്ലാതങ്ങ് പിടഞ്ഞു. ചെന്നയാളുടെ കഴുത്തിന് പിടിക്കാനാണ് തോന്നിയത്. പക്ഷേ സാധിച്ചില്ല. കൈപൊന്തിയില്ല. വികാരവായ്പോടെ കണ്ണുകൾ നിറയുകയാണുണ്ടായത്. അമ്മ അതിനെ തടഞ്ഞില്ലല്ലോ, അത് കണ്ട് മുഖം തിരിച്ച് മുറി വിട്ടിറങ്ങി പോയില്ലല്ലോ എന്നോർത്തപ്പോൾ അമ്മയോട് ഈർഷ്യ തോന്നി മനസ്സിൽ. ദിവസം ശ്ശി ആയപ്പോഴെക്കും അമ്മയുടെ പ്രകൃതത്തിൽ ആകെയൊരു മാറ്റം വന്നതായനുഭവപ്പെട്ടു മകന്. ആകെയൊരു പ്രസരിപ്പാണ്. മാളികയുടെ മുകളിലിരുന്ന് അമ്മാമ്മയുടെ മക്കളോടൊപ്പം സദാ കളിയും ചിരിയും. ദിവസങ്ങളും ആഴ്ചകളുമായി മകനോടൊന്ന് ശരിക്കൊന്ന് സംസാരിച്ചിട്ടോ, മുറുകെ പുണറ്ന്നിട്ടോ. അച്ഛന് വേണ്ടിയിപ്പോൾ ഉറക്കമൊഴിച്ച് കരയാനെന്നല്ല, അച്ഛനെ ഓർക്കാന് പോലും കൂട്ടാക്കാറില്ല. അതിന്റെ കാരണം മകനിത് വരെയും പിടി കിട്ടിയിട്ടില്ല. ഒരിക്കൽ രാത്രി മുറിയിൽ വന്ന അമ്മായി കവിളിലൊരു മുത്തം നൽകി മകനോട് പറഞ്ഞു

"ഇന്ന് മുതൽ അപ്പ അമ്മായീടെ കൂടെ കിടന്നാ മതീ ട്ടോ... ഇല്ല്യാച്ചാ അമ്മയുടെ വിവാഹം കഴിഞ്ഞ് അമ്മ പോയാ പിന്നെ അപ്പൂന് പെട്ടെന്ന് പൊരുത്തപ്പെടാൻ പറ്റില്ല ഈ വീട്ടിലെ അമ്മ കൂടെയില്ലാത്ത ഉറക്കം"

കേട്ടപ്പോൾ തൊണ്ടയിൽ മുള്ള് തറക്കുന്നത് പോലെ തോന്നി. അമ്മയുടെ വിവാഹം. അപരിചിതനായ ആരോ അമ്മയെ തന്നിൽ നിന്ന് അകറ്റിയെടുക്കുന്നു. ഭയന്ന് കരഞ്ഞു. മുറി മാറാൻ കൂട്ടാക്കാതെ അമ്മയെ ചുറ്റി വരിഞ്ഞപ്പോൾ എന്തൊര് തൊന്തരവാണെന്നും പറഞ്ഞ് ഭീഷണിയുടെ നോട്ടവുമായി അമ്മായി മകനെ അമ്മയിൽ നിന്നും വലിച്ചെടുത്തു. അമ്മ ഒന്ന് തടഞ്ഞത് പോലുമില്ല. ഏതോ ഒരു അരക്ഷിതത്വത്തിൽ ആ രാത്രി മുഴുവൻ മകൻ നിലത്തെ പുൽപായയിൽ കിടന്ന് കരഞ്ഞു തീർത്തു. അതോടെ മകന്റെ കളിയും ബഹളവും എവിടെയോ മറഞ്ഞു. മൌനമായ്. സദാ ചിന്താധീതനായി. ആരും പറഞ്ഞില്ലെങ്കിലും ആ കട്ടികണ്ണടക്കാരനാണ് അമ്മയെ വിവാഹം ചെയ്യുന്നതെന്ന് മകൻ മനസ്സിലാക്കി. അയാളോട് മകന് വിദ്വേഷം തോന്നി. അമ്മയിപ്പോൾ മകനെ കണ്ടിട്ടും കാണാതായി. നിസ്സഹായതയോടെ മകനത് നോക്കി നിന്നു. അമ്മയുടെ ചുണ്ടിന്റെ കോണിൽ വിരിയുന്ന നിഗൂഢമായ ചിരിയും മൂളിപാട്ടും മകൻ ഒളിഞ്ഞു നിന്ന് കണ്ടു. പലപ്പോഴും അമ്മ സ്നേഹപൂർവമൊന്ന് വിളിക്കുന്നത് കേള്ക്കാൻ മകൻ വെറുതെ കൊതിച്ചു , ഏറ്റവും ആർദ്രമായ സ്വരത്തിൽ. പക്ഷേ...

അമ്മമ്മ അമ്മക്കൊരു പാലക്കാ മാല സമ്മാനിച്ചു, അമ്മായി ആര്യവൈദ്യശാലയിൽ നിന്നെത്തിച്ച ലേഹ്യങ്ങള് അമ്മയെ നിർബന്ധിച്ച് ശരീരപുഷ്ടിക്കായി കഴിപ്പിച്ചു. അയൽക്കാരി പെണ്ണുങ്ങൾ കാണാൻ വരവുണ്ടായി. അമ്മക്ക് ചുറ്റും ആകെ ചിരിമയ ബഹളം. കൂടെ അമ്മയും. മകനെ ശ്രദ്ധിക്കാനോ ആശ്വാസവചനം നല്കാനോ ആരുമുണ്ടായില്ല. അമ്മ പോലും.

ആ അമ്മയുടെ വിവാഹമാണ് നാളെ. മുത്തപ്പന്റെ അമ്പലത്തിൽ വെച്ച്.

അങ്ങനെ ഓരോന്നോർത്ത് കുന്തിച്ചിരിക്കുന്ന മകൻ നിസ്സഹായതോടെ വിതുമ്പി കൊണ്ട് കണ്ണുകൾ ഇറുക്കിയടച്ചു. അപ്പോൾ മകന്റെ ഉള്ളിലൊരാശയുദിച്ചു. അടക്കാനാവാത്ത അക്ഷമയോടെ മകൻ ആ ഇരിപ്പിൽ നിന്ന് ചാടിയെഴുന്നേറ്റ് മാളിക മുകളിലേക്കോടി. മുറിക്കകത്തെ കട്ടിലിൽ അമ്മ ഏതോ ഒരു വാരിക വായിച്ചു കിടക്കുകയായിരുന്നു. ആശയുടെ കാഠിന്യത്തിലെ ഏതോ ഒരു വിശ്വാസത്തിൽ

മകൻ കിതപ്പോടെ, പറഞ്ഞറിയിക്കാനാകത്തയത്ര അനുഭൂതി യോടെ കട്ടിലിലേക്ക് ചാടി കയറി അമ്മയെ വരിഞ്ഞുമുറുക്കിയ ആലിംഗനത്താൽ മാറിടങ്ങളിൽ തെരു തെരേ ബാല്യത്തിന്റെ നിർമ്മലതയോടെ ചുംബിച്ചു. പറഞ്ഞറിയിക്കാന് വയ്യാത്തത്ര വിധം ആശ്വാസം മകന്റെ മനസ്സും ശരീരവും മൂടി. പൊടുന്നനെ കവിളത്തൊരടി വന്ന് വീണു. ഓർക്കാപ്പുറത്തെ അടിയിൽ മകന്റെ ശ്വാസം ഒരു നിമിഷാർദ്ധം നിലച്ചു പോയി. കടക്ക് പുറത്തെന്നും പറഞ്ഞ് അമ്മ മകന്റെ ചെവിക്ക് പുറകിൽ നഖങ്ങൾ കൊണ്ട് ഞെരിച്ചമർത്തി മകനെ മുറിക്ക് പുറത്തേക്ക് തള്ളി. നിലത്ത് വീണ മകന്റെ കണ്ണുകൾ ചുവന്ന് കലങ്ങി. തനിക്ക് മുമ്പിൽ കൊട്ടിയടക്കുന്ന വാതിലിൽ നിന്ന് മുഖം തിരിച്ച് എണീറ്റ് നടക്കുന്ന മകനപ്പോള് ചുരുട്ടിയ മുഷ്ടി ഞെരിച്ച് കൊണ്ട് അരിശത്തോടെ പറഞ്ഞു "അസത്ത്... എവിടേലും പോയി തൊലയട്ടെ തള്ള്""!!

ഉരുളക്കുപ്പേരി

നേരം ഇരുണ്ടിരിക്കുന്നു. ബസ്സ് ഇതേ വരെയും എത്തിയിട്ടില്ലാത്തതിനാൽ വീട്ടിലേക്ക് എളുപ്പത്തിൽ മടങ്ങാനാവാത്തതിന്റെ അസ്വസ്ഥത പ്രിയയുടെ മുഖത്ത് തങ്ങി നിന്നു. ബസ്സ് സ്റ്റോപ്പിലിങ്ങനെ എത്ര നേരം നിന്ന് സമയം കളയും. വീടുകളിലേക്കെത്താന് വെപ്രാളപ്പെട്ട് നില്ക്കുന്നവരുടെ എണ്ണം നിമിഷങ്ങൾ കൊണ്ട് പെരുകി വരുമ്പോൾ ബസ്സിൽ ഒന്ന് കയറി പറ്റാനെടുക്കേണ്ടി വരുന്ന കഠിനശ്രമങ്ങളവൾക്കറിയാം. വിഷമമാണ്. പ്രത്യേകിച്ചും തോളിൽ സ്കൂൾ ബാഗും തൂക്കി നില്ക്കുന്ന തന്നെ പോലൊരു സ്കൂൾകുട്ടിക്ക്. ബോട്ടണി ടീച്ചർ സ്പെഷ്യൽ ക്ലാസ് ഒന്നര മണിക്കൂറിലെക്ക് നീട്ടി വെച്ചപ്പോളെ താൻ പ്രതീക്ഷിച്ചതാണ് ഇങ്ങനെയൊരു അവസ്ഥ. വിശന്നിട്ടാണേൽ തളർന്നിരിക്കുന്നു. ക്ഷീണം കൺപോളയെ കൂടിയങ്ങേയറ്റം തളർത്തി തുടങ്ങിയപ്പോഴാണ് ഇരമ്പലിൽ കാറ്റ് ചൂളം വീശികൊണ്ട് ബസ്സ് വന്നെത്തിയത്. ബസ്സിനകത്തേക്ക് കയറാനും, കാല് നിലത്തൊന്നുറപ്പിക്കാനുമുള്ള ഇടം കണ്ടെത്താൻ നന്നേ പാട് പെടേണ്ടി വന്നു. ബസ്സ് പറക്കുകയായിരുന്നു. അല്പ നേരമൊക്കെ അള്ളിപിടിച്ചവിടെ നിന്നെങ്കിലും അധികം വൈകാതെ കണ്ടക്ടർ വന്ന് ഒച്ചയെടുത്ത് അവളെ പിടിച്ച് പുറകിലോട്ടു തള്ളി. ചെന്ന് വീണത് എവിടെയുമായിക്കോട്ടെ, തനിക്കു ചുറ്റും വട്ടമിട്ട് തിക്കി തിരക്കുന്ന ആൾക്കൂട്ടത്തിനിടയിൽ നിന്നും തന്റെ നേർക്ക് നീണ്ട അദൃശ്യ കൈവിരലുകളാണവളെ കുഴക്കിയത്. ഇടുപ്പിൽ നിന്ന് കൈതട്ടി മാറ്റിയാൽ അടുത്തത് മുലയ്ക്ക് നേരെയാകും. അവിടെ നിന്നും തട്ടി മാറ്റിയാൽ പൃഷ്ഠഭാഗത്ത്. സ്വന്തം ശരീരത്തിൽ ഇഴയുന്ന വഴുപ്പൻ പുഴുവിനെ അറച്ചും സഹിച്ചും എത്ര നേരം എത്ര നേരം ഈ നില്പ്

നില്ലും. അരിശം മൂത്ത് ചങ്കിന്റെ മിടിപ്പ് കൂടുകയാണ്. വീണ്ടും അതേ കൈവിരലുകളിലതാ തന്റെ ശരീരത്തിലൊരു അധികഭാരമായി കയറി പറ്റിയിരിക്കുന്നു.

ഇത്തവണ വിടാൻ ഭാവമില്ലാതെ ആ കൈകളവൾ പിടിച്ചെടുത്തു. നിറുത്താതെ ഓടുന്ന വണ്ടിയിൽ തനിക്ക് ചുറ്റുമായുള്ള നാലു പാടിൽ നിന്നായി ഒടുക്കം അവളാ കൈയുടെ അവകാശിയെ കണ്ടെത്തി. അവൾ മുഖമുയർത്തി അയാളെ നോക്കി. അപ്പോഴയാൾ ജാള്യത യോടെ ചെവി ചൊറിഞ്ഞവളെ നോക്കി ഒരു വളിച്ച ചിരി ചിരിച്ചു. ബസ്സിലെ തിരക്ക് കൂടി. പരസ്പരമുള്ള ദൃഷ്ടി മറഞ്ഞു... ഇരമ്പലിലെ വിടെയോ വെച്ച് തിരക്ക് കുറഞ്ഞു. പ്രിയക്കിറങ്ങാനുള്ള സ്ഥലമടു ത്തിരിക്കുന്നു. ഇറങ്ങുന്നതിന് മുമ്പേ അവളുടെ കണ്ണുകൾ ഒരിക്കൽ കൂടി അയാളെ പരതി. അവളയാളെ കണ്ടു. അയാളവളെയും. പ്രിയ ചിരിച്ചു. അയാൾ തലതാഴ്ത്തി. അയാൾക്കരികിൽ ചെന്നവൾ ചോദിച്ചു

"ഗോപി എന്നല്ലെ പേര്?"

"അതെ എങ്ങനെ അറിയാം"-വെപ്രാളപ്പെട്ട അമ്പരപ്പിലയാൾ ചോദിച്ചു..

"എങ്ങനെ അറിയാതിരിക്കും... അഞ്ചാം ക്ലാസിൽ എന്നെ പഠി പ്പിച്ച മാഷല്ലെ"

എന്നും പറഞ്ഞ് കഴിഞ്ഞതും അയാളുടെ ഞെട്ടലിനും മുൻപെ അവൾ ബസ്സ് വിട്ടിറങ്ങി പോയി കഴിഞ്ഞിരുന്നു.

ഗീതാഞ്ജലി

മുറ്റത്ത് പതിക്കുന്ന മഴത്തുള്ളികൾക്ക് ചരൽ കല്ല് വീഴുമ്പോലത്തെ ശബ്ദമായിരുന്നുവെങ്കിലും അതിന്റെ ഈണത്തിനപ്പുറത്തോട്ട് ശ്രവിച്ചതത്രയും മൊബൈലിലെ പ്രഭാത ഗീതമായിരുന്നു.അത് ഗീതയുടെ നിർബന്ധമാണ്. രാവിലെ തന്നെ മൊബൈലിലെ പാട്ട് വെക്കുക, വെങ്കിടേശ്വര സുപ്രഭാതം കേൾക്കുക.കേൾക്കാനിമ്പമുള്ള അതിന്റെ ആരോഹണാവരോഹണങ്ങൽ ഹൃദയത്തിനുള്ളിലേക്ക് കയറുന്നതും, താൻ അതിൽ ലയിക്കുന്നതും കഴിഞ്ഞ അഞ്ച് വർഷം കൊണ്ട് ഒരു സ്വാഭാവികാവസ്ഥയായത് കൊണ്ടാകാം വൈഷ്ണവ് എഴുന്നേല്ക്കാതെ അതും ശ്രവിച്ച് അതേ കിടത്തം കിടന്നത്. ശരിയാണ്. എഴുന്നേററിട്ടില്ല. എഴുന്നേൽക്കാൻ തോന്നിയില്ല. പുറത്തെ മഴയുടെ തണുപ്പിൽ പുതപ്പിനുള്ളിലേക്ക് ചുരുണ്ടു കൂടുകയാണ് ചെയ്യുന്നത്. ഒരാഴ്ചയായി താൻ കാണാൻ ശ്രമിക്കുന്ന അതേ സ്വപ്നത്തെ സ്വാംശീകരിക്കുവാനുള്ള വ്യഗ്രതയോടെ. ഇപ്പോൾ ഓർമ്മയിലെ പ്രയാണങ്ങളത്രയും അഞ്ജലിയിലേക്കാണ്. അവളുടെ പൊട്ടിചിരികൾ, വെള്ളാരം കണ്ണുകൾ, നീലിച്ച ഞരമ്പ് വലിഞ്ഞ മുറുകിയ കഴുത്തുകൾ, മേൽനിരയിലാദ്യം അനാവൃതമാകുന്ന വിടവുള്ള രണ്ട് പല്ലുകൾ, അടുത്തോട്ട് വരുമ്പോഴുള്ള നല്ലെണ്ണയുടെ ഗന്ധം. എല്ലാത്തിലുമുപരി സൌമ്യമായ ഹൃദ്യമായ പെരുമാററം.അഞ്ജലിയുടെ തറക്കുന്ന ഒരു നോട്ടം തന്റെ ഹൃദയത്തെ കെട്ടഴിച്ചു വിട്ടിരിക്കുന്നു..

അഞ്ജലി രവികുമാർ എന്ന അഞ്ജലി.

ഒരിക്കൽ അവൾ അഞ്ജലി രാജൻ ആയിരുന്നു. അന്ന് അവൾ തന്റെ കോളേജ് സഹപാഠി ആയിരുന്നു. സുഹൃത്തായിരുന്നു.

എല്ലാത്തിലുമുപരി ഒരിക്കൽ മനസ്സിലൊളിപ്പിച്ച ഒരിക്കലും പറയാത്ത, പറയാൻ മടിച്ച ഒരിഷ്ടം.

ഇപ്പോൾ തന്റെ നാട്ടിൽ പുതിയതായി വന്ന കൃഷി ഓഫീസറാണവൾ. ഒരിക്കൽ കൂടി അവൾ തന്നിലേക്കടുത്തിരിക്കുന്നു.

കുറ്റബോധം.

താനെന്തൊരു മനുഷ്യനാണ്. ഉറക്കപ്രാന്തിനിടയിലെ മേൽക്കീഴ് ഓർമ്മയില്ലാത്ത ചിന്തകളായിരുന്നു എങ്കിൽ കുഴപ്പമില്ലായിരുന്നു. ഇതങ്ങനെയല്ലല്ലൊ. ഉറക്കത്തിലും ഉണർച്ചയിലുമെല്ലാം ഒരേ സ്വപ്നം, ഒരേ ചിന്ത.അതും ആരെങ്കിലും കേട്ടാൽ അതിശയിച്ചത് തന്നെ.വിവാഹം കഴിഞ്ഞ ഒരുത്തൻ മറ്റൊരു സ്ത്രീയുടെ ഓർമ്മകളിൽ പെട്ടിരിക്കുന്നു.ഛെ.വൃത്തിക്കേട്.

പക്ഷേ.

സത്യത്തിലേക്ക്, യാഥാർത്ഥ്യത്തിലേക്ക് കണ്ണുകൾ തുറക്കാൻ വല്ല്യ പാടാണ്. സ്വപ്നങ്ങളോട് തൊട്ടുരുമ്മി ചേർന്ന് നടക്കാനാണ് ഇപ്പോൾ താല്പര്യം.ഇഷ്ടവും അത് തന്നെയാണ്.

വലിച്ചുയർത്തപ്പെട്ട ശരീരത്തിലെ പുതപ്പിലെ ഞെട്ടലിൽ നിന്ന് കണ്ണുതുറന്നു നോക്കുമ്പോഴാണ് ഗീതയുടെ പുഞ്ചിരി.നെയ്തെടുത്ത സ്വപ്നത്തിന്റെ കണ്ണികളെ അറുത്തെടുത്തതിലവളോട് ദേഷ്യം പതഞ്ഞു പൊങ്ങി.പക്ഷേ പ്രകടിപ്പിച്ചില്ല. മിണ്ടാതെ ചിരിക്കാതെ കിടന്നു.

“അല്ലാ എന്ത് കിടത്തമാ ഇത്.എണീക്കണ്ടേ?ഓഫീസിൽ പോണ്ടേ ഇന്ന്”

“ഇന്നു ലീവാക്കാം നല്ല തണുപ്പ്. നീയാ പുതപ്പ് ഇങ്ങ് താ”

ഗീത പുതപ്പ് പുതച്ച് പുറത്തേക്ക് നടന്നു. വീണ്ടും അഞ്ജലി എന്ന ഓർമ്മയിലേക്ക് വൈഷ്ണവിന്റെ മനസ്സടുത്തു.അവൾ ഹൃദയത്തിന്റെ ആഴങ്ങളിലേക്കൊഴുകി വരുന്നു.

പ്രണയനിർവൃതി, ഉൾപുളകം.

പൊടുന്നനെ സ്വപ്നത്തിലൊരു വിള്ളൽ പടർപ്പ് പടർന്നു. പശ്ചാത്താപത്തിൽ അഞ്ജലിയുടെ ഓർമ്മകളുടെ അഴി മനപൂർവ്വം പൊട്ടിച്ചെടുത്ത് എഴുന്നേററ് പുറത്തേക്കു വന്നു. ധൃതിയിൽ പല്ലുതേപ്പും കുളിയും കഴിച്ച് ചായ കുടിക്കുന്പോൾ ഗീതയുടെ ചോദ്യം.

ഇന്ന് ലീവല്ലെ.?

ഇല്ല ഓഫീസിൽ പോണം

എന്തേ..

മറുപടി പറഞ്ഞില്ല.

കൈ കഴുകി അകത്തേക്കു നടന്നു. സമയം വൈകിയിരിക്കുന്നു. ഇനി ബസ് സ്ററോപ്പിലേക്ക് ഓടുക തന്നെ വേണ്ടി വരും

ധൃതിയിൽ വഴികൾ പിന്നുടരുമ്പോൾ ഓർത്തു ഈയിടെയായി ഗീതക്ക് കൊടുക്കാറുള്ള നിമിഷങ്ങൾ വെറും അഭിനയമാകുന്നില്ലെ.

ഗീതയിൽ നിന്നും അഞ്ജലിയിലേക്കുള്ള ചിന്ത കുലം കുത്തിയൊഴുകി.വളരെ വേഗത്തിൽ. നടത്തം സാവകാശമായി.

വീണ്ടും തീരുമാനിച്ചു

വേണ്ട. ഇന്ന് ഓഫീസിൽ പോകേണ്ട. ആലിൻ ചുവട്ടിൽ സിഗററും പുകച്ച് അല്പ നേരം നിന്നു. ചിന്തകൾ കാട് കയറുന്നു. ഇങ്ങനെയൊക്കെ ചിന്തിക്കാമോ എന്ന് ശങ്കിച്ചു. ഒരു കൂടി കാഴ്ചക്കുള്ള പ്രേരണ മനസ്സൊരുക്കുന്നു.വേണ്ട എന്ന് വിവേകം വിലക്കുന്നു. ഒരിക്കൽ, ഒരു കാലത്ത് അഞ്ജലിക്കായി തുടിച്ച ഹൃദയത്തുടിപ്പുകളെ അടക്കി വെച്ചതാണ്.പക്ഷേ ഇന്നിതാ ഒരിക്കൽ കൂടി അടക്കിവെച്ച ഹൃദയസ്പന്ദനത്തിന്റെ താളം തെറ്റുന്നു.

അസ്വസ്ഥതയിൽ വീട്ടിലേക്ക് തിരിച്ച് നടന്നു.

ഗീത അത്ഭുതത്തോടെ ചോദിച്ചു

"ഇതെന്ത് പറ്റി?"

പോകണ്ടാന്നു തീരുമാനിച്ചു.ഒരു കഥയെഴുതണമെന്ന് മനസ്സ് പറഞ്ഞു. ഇങ്ങ് പോന്നു

നിലനില്പിന്റെ ഏറ്റവും നല്ല ഭാഷ കള്ളമാണല്ലൊ.അത് കൊണ്ട് മനോഹരമായ കള്ളമങ്ങ് പറഞ്ഞു.

വല്ലപ്പോഴും കഥയെഴുതുന്ന തരക്കേടില്ലാത്ത ഒരു സാഹിത്യക്കാരനായതിന്റെ നേട്ടം എന്ന് പറയുന്നതും ഇതൊക്കെയാണ്.എടുത്ത് പ്രയോഗിക്കാൻ ചില കള്ളങ്ങൾ.

മുറിയിൽ പോയിരുന്നു. അഞ്ജലിയെ മനസ്സിൽ നിന്നകറ്റാന് കഴിയുന്നില്ല. ഗീതയെ വാസ്തവത്തിൽ ഈയിടെയായി താൻ വല്ലാത്ത വിധത്തിൽ വെറുക്കുന്നുണ്ട്. പിന്നെ എല്ലാം അഭിനയമാണ്. ഇപ്പോൾ ജീവിക്കുന്ന വീട് അവളുടെ വീട്ടുകാരുടെ കാരുണ്യമാണ്.

അവൾ ഭാര്യയാണ്.

തനിക്ക് നല്ല ഭക്ഷണമുണ്ടാക്കി തരുന്നു. തന്റെ വസ്ത്രങ്ങളലക്കി വെളുപ്പിക്കുന്നു.രാത്രിയിൽ ഒരാചാരം പോലെ നഗ്നയായി അരികിൽ കിടക്കുന്നു.

അവൾ പരാജയമാണ്. അല്ല താൻ ആണ് പരാജയം. താൻ ഒരിക്കൽ ആഗ്രഹിച്ചത് അഞ്ജലിയുടെ ഊഷ്മളമായ സ്നേഹത്തിനായിരുന്നു.എപ്പോഴും തന്റെ കൂടെയുണ്ടാവാനാഗ്രഹിച്ചത് അവളെയാണ്. പറയാനുള്ള ധൈര്യമില്ലായ്മയിൽ മറച്ച് വെച്ച സ്നേഹം. പിന്നെ ഗീത, അത് ഒരു ബോധിപ്പിക്കലായിരുന്നു. സമൂഹത്തെ. എത്ര വിരസമാണ് അവൾക്കൊപ്പമുള്ള ജീവിതമെന്ന ചിന്ത ഇപ്പോൾ അഞ്ജലിയുടെ വീണ്ടു വരവിൽ താൻ ചിന്തിച്ചു തുടങ്ങിയിരിക്കുന്നു.മുഖം കറുപ്പിക്കാനും, കണ്ണുകൾ നിറക്കാനും മൂക്ക് ചീറ്റാനും, ദിവസം മുഴുവൻ പിണങ്ങി നടക്കാനും പരിഭവം കാണിക്കാനും മാത്രം അറിയാവുന്ന ഒരുത്തി. സൌന്ദര്യമുണ്ടവൾക്ക്.പക്ഷേ താനെഴുതുന്ന കഥകളവൾ വായിക്കാറുണ്ടോ? ഉണ്ടെന്ന് തോന്നുന്നു.എന്തെങ്കിലും അഭിപ്രായം അവൾ പറഞ്ഞതായി കേട്ടിട്ടില്ല. വിമർശനമോ അഭിനന്ദനമോ ഒന്നും. എന്നാൽ അഞ്ജലി അങ്ങനെയായിരുന്നില്ല. ഒരിക്കൽ തന്റെ കഥകളെല്ലാം വായിച്ചിരുന്നു. വിമർശന ബുദ്ധിയോടെ വിലയിരുത്തുമായിരുന്നു.

അതേ അഞ്ജലി അന്നത്തേതിലും പതിന്മടങ്ങ് ജ്വരമായി മാറുകയാണ് ഒരിക്കൽ കൂടി. ഇങ്ങനെ പോയാൽ ഗീതയുമായുള്ള ദാമ്പത്യം തകരുമെന്ന് തനിക്കറിയാം.

ഒടുവിൽ തീരുമാനിച്ചു.

അഞ്ജലിയെ കണ്ട് മനസ്സുത്രയും തുറക്കാൻ.തന്നെ രക്ഷിക്കാന് അവൾക്കാകും.തന്റെ അന്തരാത്മാവിലെ തുടിപ്പുകളറിയുമ്പോൾ ഛെ എന്നൊരാട്ടാട്ടിയാൽ തനിക്ക് സമാധാനമാകും. പിന്നെ അഞ്ജലിയെ താൻ സ്വപ്നം കണ്ടെന്നു വരില്ല. സമൂഹത്തെ തൃപ്തിപ്പെടുത്താൻ തനിക്ക് അവളിൽ നിന്നൊരു വിടുതൽ ലഭിച്ചേ മതിയാകൂ.

ലീവെടുത്തു.

ആഞ്ഞുവീശുന്ന കാലകാറ്റിൽ ധൃതിയിൽ തന്റെ കാലുകൾ ഉടലിനെ വലിച്ചിഴച്ച് അഞ്ജലിക്ക് മുന്പിൽ കൊണ്ട് നിർത്തി.

ഹൃദയത്തിലെ ഞരക്കം. കണ്ണുകളിലെ ഇരുട്ട്..

"അഞ്ജലി നീയെന്റെ ജീവിതം നശിപ്പിക്കരുത്"

ഇടറിയ വാക്കുകളിലെ വിയർത്തൊലിപ്പിൽ പറഞ്ഞൊപ്പിച്ചു.

ഞാനോ? അവൾ അമ്പരുന്നു

"അതെ ..ദിവസങ്ങളായി അല്ല പണ്ടേക്കു പണ്ടേ നീയാണെന്റെ ചിന്തയിലത്രയും.ഗീതയെ പോലും എനിക്കിപ്പോൾ നിന്റെയീ

തിരിച്ച വരവിൽ സ്നേഹിക്കാനാകുന്നില്ല.. എന്റെ കവിളിലൊരടി.. അല്ലെങ്കിൽ കനത്തിലൊരു വഴക്ക്.. അതാണെനിക്കിപ്പോൾ നിന്നിൽ നിന്നാവശ്യം.

കുറ്റബോധത്തോടെ അയാൾ തലകുനിച്ചു. കണ്ണു പൊത്തി. രംഗം നിശ്ചലം. തണുപ്പ് വീശുന്ന കാറ്റിൽ അഞ്ജലിയുടെ കൈകൾ തന്റെ ഇടുപ്പിലൂടെ വലയം ചെയ്യുന്നു. തനിക്കരികിൽ എന്തിനും തയ്യാറായി കീഴടങ്ങലിന്റെ ഭാഷയിൽ തന്നെ ശക്തിയായി ചുംബിക്കുകയും ആവേശത്തോടെ പുണരുകയും ചെയ്യുന്നതിനിടയിൽ അഞ്ജലി അമ്പരപ്പിനും മുമ്പേ തന്റെ ചെവിയിൽ മന്ത്രിച്ചു

"ഈ സ്നേഹം. അതാണ് കഴിഞ്ഞ കാലമത്രയും ഞാൻ ആഗ്രഹിച്ചത്. പണ്ടേ നിനക്കൊരു വാക്ക് പറയാമായിരുന്നു"

വാക്കുകൾ പൂർത്തീകരിക്കുന്നതിനും മുമ്പേ തന്റെ വസ്ത്രങ്ങൾ ഉരിഞ്ഞെടുക്കാന് തിടുക്കപ്പെടുന്ന അഞ്ജലിയെ താൻ ഉന്തി തള്ളിയകറ്റി..

പാടില്ല... അഗ്നി സാക്ഷിയായി താൻ ഭാര്യയാക്കിയ ഗീത. അവളുടെ പരിഭവത്തിന്റെ പാടുകൾ നിറഞ്ഞ കണ്ണുകൾ. ഗദ്ഗദം. നിസ്സഹായത.

വീണ്ടും അഞ്ജലി തന്നെ ആലിംഗനം ചെയ്യാൻ പാഞ്ഞടുക്കുന്നതിനും മുമ്പേ താൻ ഇറങ്ങി ഓടി.

കിതച്ചും, അണച്ചും, വിയർത്തും.

വഴികൾ പിന്നിട്ട് തന്റെ വീട്ടിനടുത്തെത്തിയപ്പോഴേക്കും ഓട്ടം നിലച്ചു. ഇപ്പോൾ അഞ്ജലിയെന്ന സ്വപ്നമില്ല അയാളിൽ. ബാക്കിയുള്ളത് ഗീതയോടുള്ള സ്നേഹം മാത്രം.

അവളവൻ

വീട്ടുകാരും നാട്ടുകാരും പൊറുതിമുട്ടിച്ചപ്പോഴാണ് അവൾ ഒരു രാത്രിയിൽ ഒളിച്ചോടിയത്.അപ്പന്റെ,അമ്മച്ചിയുടെ, ഉടപ്പിറന്നോൾടെ ദുരിശം പിടിച്ച മുഖം കണ്ടവൾക്കു പൊറുതിമുട്ടിയപ്പോൾ ഒരു രാത്രിയിൽ ആരോടും ഒന്നും മിണ്ടാതെ, പറയാതെ പെട്ടിയും ഭാണ്ഡവും നെഞ്ചോടടക്കി പിടിച്ച് അവൾ അവിടം വിട്ടിറങ്ങി. അതാണ് ഉചിതമെന്നാണ് അവൾക്കപ്പോൾ തോന്നിയത്.

ഓരോ ചുവടിലും കനപ്പെട്ട വിങ്ങലുമായി അവൾ നടന്നു. രാത്രി നിഴൽ പടർന്ന തെരുവിലൂടെ. ഏകാന്തതയും മനോവേദനയും കലർന്ന് തളർന്നപ്പോൾ ഇനിയും നടക്കവയ്യാതെ ആൾക്കൂട്ടങ്ങൾക്ക് നടുവിൽ അവൾ ഇരുന്നു.ആൾക്കൂട്ടത്തിന്റെ ഒളിഞ്ഞതും ചൂഴ്ന്നതുമായ ദീർഘിച്ച നോട്ടങ്ങളും കുശുകുശുപ്പും സഹിക്കവയ്യാതെ അവൾ തലകുമ്പിട്ടു.അമർത്തിയ നോട്ടം കൊണ്ട് അസ്വസ്ഥതപ്പെടുത്തും പോലെ വൃത്തികെട്ട മുഖങ്ങൾ അവൾക്കുനേരെ കടുത്ത നിരീക്ഷണം നടത്തി. കുറ്റാന്വേഷകരെ പോലെ അവർ അവളുടെ കുറ്റി തലമുടിയും , ഒഴിഞ്ഞ മാറിടവും, അരകെട്ടും പാളി നോക്കി. അധികം വൈകാതെ, അവളുടെ കൈക്ക് പിടിച്ചവളെ പിടിച്ചുയർത്തി ശിരസ് തൊട്ട് പാദം വരെയും കണ്ണുകൾ കൊണ്ട് അളന്നു തിട്ടപ്പെടുത്തി അവളുടെ അടിവസ്ത്രം പൊക്കി നോക്കുന്നതവരുടെ അവകാശമായി അവർ ഏറ്റെടുത്തു.കടവയറ്റിൽ അടിഞ്ഞു കൂടിയ അപമാനവും ഭയവും നിമിത്തം നിവർന്നൊന്ന് ശ്വാസം പോലും വിടാനാകാതെ, എതിരിടാനാകാതെ അവൾ വാവിട്ട് കരഞ്ഞപ്പോൾ ആൾക്കൂട്ട വിചാരണയുടെ കിരുകിരുത്ത ആനന്ദത്തോടെ മൃഗീയമായ പരിഹാസച്ചിരിയോടെ

അവളെ നഗ്നയാക്കി അവരിലൊരാൾ അവളുടെ നാഭിക്ക് തൊഴിച്ച പരമാനന്ദത്തോടെ പറഞ്ഞു

"ഇത് പെണ്ണല്ല,ആണുമല്ല.. മറ്റേതാ.മറ്റേത്"

മറുപടിയായി അയാൾക്ക് മുഖമടച്ച കടുപ്പിച്ചുള്ള ഒരടി കൊടുക്കാൻ അവൾക്ക് തോന്നിയെങ്കിലും ,ഞാൻ പെണ്ണാണെന്ന് അലമുറയിടണമെന്ന് തോന്നിയെങ്കിലും നേർത്തൊരു വാദം പോലുമില്ലാതെ,അത്രയൊന്നും വൈകാതെ ആൾക്കൂട്ട വിചാരണയുടെ ആഹ്ലാദകരമായ ളുക്ക തട്ടിലിട്ട് അവരവളെ തല്ലി കൊന്നു.മൃതദേഹം ചുട്ടുകരിച്ച കളഞ്ഞു.പിന്നെ ഒന്നും മിണ്ടാതെ മുഖം ചുളിച്ച ലക്ഷണം കെട്ടവരെ പോലെ അവർ നടന്നു പോയി.

അന്ന് ഒരു കുഞ്ഞു തണ്ട് അവളുടെ ചാരത്തിൽ നിന്ന് മുളച്ച പൊന്തി, കാലാന്തരത്തിൽ നിറയെ പൂവിട്ടു. പല ജാതി, പല നിറം,പല മണമുള്ള പൂക്കൾ. ഒരിക്കലും ക്രമപ്പെടാത്ത, വൈവിധ്യമുള്ള പൂക്കളായി അതുവഴി കടന്നു പോകുന്നവരെ മാടി വിളിച്ച കൊണ്ട് അവൾ എല്ലായ്പ്പോഴും മന്ദഹസിക്കുമായിരുന്നത്രേ ഓരോ കാറ്റിലും.

പരിണാമങ്ങൾ

മരണത്തിന്റെ സ്വതന്ത്രഭാഷയാണ് ഞാനിപ്പോൾ ഓർക്കുന്നത്. മോഹന് അറിയാത്തതും അതാണ്. എത്ര ക്രൂരമായ അപമാനപ്പെടുത്തലുകളാണ് അയാൾ നിരന്തരം ചെയ്തു കൊണ്ടിരിക്കുന്നത്. അതെണ്ണിയെണ്ണി പറയാൻ ശ്രമിച്ചാൽ എങ്ങുമെത്തുകയുമില്ല. മനസ്സിന്റെ ഒതുക്കം കൊണ്ട് മാത്രമാണ് ഒരിക്കലും അയാളാവാൻ ശ്രമിക്കാതിരുന്നത്.

അല്ലെങ്കിലും അയാൾ അങ്ങനെയാണ്.

ഏതോ ഗ്രഹപിഴ കാലത്ത് സംഭവിച്ച അബദ്ധം.

അയാളെ ചൊല്ലിയുള്ള വേദനകൾ ഒന്നും തന്നെ പുതുതായി അനുഭവിക്കുന്ന ഒന്നല്ല.മാനസികസമ്മർദങ്ങളായി പലപ്പോഴും പൊട്ടിത്തെറികൾ എന്നിൽ നിന്ന് ഉണ്ടാകുമ്പോൾ ചുറ്റുമുള്ളവർ ചോദിക്കാറുണ്ട് ഇവൾക്ക് ബുദ്ധിസ്ഥിരതയില്ലേ എന്ന്. അവരുടെ സംശയങ്ങൾ വാഴ്ത്തപ്പെടട്ടെ.അതേ എനിക്ക് ബുദ്ധിസ്ഥിരതയില്ല. പ്രതീക്ഷകൾ വ്യതിയാനത്തിലേക്ക് പോയത് മുതൽക്ക് എനിക്ക് ബുദ്ധി സ്ഥിരതയില്ല.അത് എന്നേ നഷ്ടപ്പെട്ടിരിക്കുന്നു. ബുദ്ധി സ്ഥിരതയില്ലാത്തവൾ. ഇന്നലെ രാത്രി കട്ടിലിലിരുന്ന് കരഞ്ഞപ്പോഴും മോഹൻ വെറുപ്പോടെ പറയുകയുണ്ടായി

“ബോധമില്ലാത്തവൾ, ബുദ്ധിസ്ഥിരതയില്ലാത്തവൾ”

മോഹന്റെ ലാളനകൾ നിലച്ചിട്ടെത്ര കാലമായി. ഒരിക്കൽ മോഹനിലേക്ക് കൂടുതലായും ആകർഷിച്ചത് അയാളുടെ ലാളനകളായിരുന്നു. അന്നയാൾക്ക് ബുദ്ധിയും വിവേകവും ഉണ്ടായിരുന്നു. ആരെയും

വകവയ്ക്കാതെയാണ് അയാൾക്കൊപ്പം ഇറങ്ങി തിരിക്കുന്നത്.എന്നി ട്ടോ?ഇന്ന് ആ ഭൂതകാലമത്രയും ഒരു ഭാരമായി തലയിൽ ചുമന്ന് നടക്കേണ്ട അവസ്ഥയാണ്. അക്കാലങ്ങളിൽ എല്ലാം തലയിൽ തൊട്ടു തലോടി കൊണ്ട് അയാൾ പറയുമായിരുന്നു

"നിനക്ക് ഞങ്ങളോട് ഒരുപാട് പറയാനില്ലേ.എഴുതു കുട്ടീ.എന്റെ എഴുത്തുക്കാരി നീ എഴുതു"

മോഹൻ അങ്ങനെയായിരുന്നു. മോഹന് എല്ലായ്പ്പോഴും പിന്തുണച്ചു കൊണ്ടേയിരിക്കണം.എഴുത്തിൽ, വായനയിൽ,ഊ ണിൽ,ഉറക്കത്തിൽ.അങ്ങനെ എല്ലായ്പ്പോഴും, എല്ലായിടത്തും.ആ മോഹനാണ് ഇന്ന് മനസ്സിൽ പോറലേല്പിച്ചു കൊണ്ട് എന്റെ സർഗാ ത്മകതയെ തല്ലിക്കെടുത്തുന്നത്.

നോക്കു ആത്മാർഥമായ ചിന്തകളിലേക്കും എഴുത്തുകളിലേക്കും വരാൻ ഞാനിന്ന് പാട്പെടുകയാണ്. ഇന്നലെ അർധരാത്രിയിലും അയാളുടെ വിചാരമത്രയും അവളിലാണ്. കഴിഞ്ഞ ഏതാനും കാല ങ്ങളിലായി മോഹനുമായി ക്രീഡിച്ചു കഴിഞ്ഞ വേളകളിലെല്ലാം അയാളുടെ കൈവലയത്തിൽ ഒതുങ്ങി കിടക്കാൻ ശ്രമിക്കുമ്പോൾ എല്ലാം അയാൾ അർദ്ധബോധാവസ്ഥയിൽ പറഞ്ഞതൊക്കെയും അവളുടെ പേരായിരുന്നു. "ശ്രീഭ".

ആ പേര് എന്റെ തൊണ്ടയിൽ കുരുങ്ങി കിടക്കുവാൻ തുടങ്ങിയിട്ട് നാളുകളേറെയായി.

"ശ്രീഭ"

മോഹൻ എന്തിനാണ് ആ പേര് കൂടെ കൂടെ ഇങ്ങനെ പറഞ്ഞു കൊണ്ടെന്നെ അസ്വസ്ഥത പെടുത്തുന്നത്. കൂടെ ജീവിക്കേണ്ടുന്ന പങ്കാളിയോട് ആ പങ്കാളിയിലെ കലാകാരിയോട് പുലർത്തേണ്ടുന്ന നീതിയും,ആഭിമുഖ്യങ്ങളും മറന്നു കൊണ്ടാണ് മോഹൻ ആ സ്ത്രീക്ക് വേണ്ടിയിങ്ങനെ മുറവിളി കൂട്ടുന്നത്.

ഹൃദയം കൊളുത്തി വലിക്കുന്ന വേദനയാണ്.എന്റെ എഴുത്തിനെ ക്കാൾ വലിയ എന്ത് സംതൃപ്തിയാണ് മോഹന് അയാളിൽ നിന്ന് കിട്ടുന്നത്.

"ഞാൻ മാറി തരാം"

പലവുരു മോഹനോട് പറഞ്ഞതാണ്. മറ്റൊരു സ്ത്രീക്ക് മുമ്പിൽ ഇങ്ങനെ അപമാനിതയാകുന്നതിലും ഭേദമാണ് ഈ പിന്മാറ്റം. പക്ഷേ എന്റെ ആ വാക്കുകളെയും അയാൾ ചെവിക്കൊള്ളുന്നില്ല. ശ്രീഭയുടെ എഴുത്തുകൾ ഏതു വിധേനയാണ് മോഹനെ സ്വാധീനിച്ചത്

എന്നറിയില്ല. ആരാധനയുടെ ഗന്ധം പേറികൊണ്ട് മോഹൻ കൂടെ കൂടെ പറഞ്ഞു തുടങ്ങിയിരിക്കുന്നു

"എഴുതുന്നെങ്കിൽ നി ശ്രീഭയെ പോലെ എഴുതു"എന്ന്

ഏതു ഭാര്യക്ക്, ഏതു സ്ത്രീക്കാണ് ഇതൊക്കെയും രുചിക്കുക.

കഴിഞ്ഞ ദിവസം മോഹന്റെ സഹപ്രവർത്തകയായ ഉഷയെ ഷോപ്പിങ് മാളിൽ വെച്ച് കണ്ടപ്പോൾ അവർ പറയുകയുണ്ടായി

"നിങ്ങളോടുള്ള മോഹന്റെ മനോഭാവം എന്താണിങ്ങനെ. നിങ്ങളെപ്പോലെ നാലുപേരറിയുന്ന ഒരു എഴുത്തുകാരി അയാൾക്കൊപ്പം ഉണ്ടായിട്ടും അയാൾ എന്തിനാണ് മറ്റൊരു എഴുത്തുകാരിയിലേക്ക് ഇങ്ങനെ പോകുന്നത്? നിങ്ങളിൽ നിന്നും വ്യത്യസ്തമായി പ്രത്യേക രചനാവൈഭവം ഒന്നും ഞാനവളിൽ കാണുന്നില്ല. എന്നിട്ടും.."

ഉഷയുടെ ചോദ്യമെന്നെ അപമാനപ്പെടുത്തി. അപമാനം കൊണ്ടെന്റെ നെഞ്ച് നൊന്തു.

മോഹനൊപ്പം ഒരു സ്ത്രീ സിനിമയ്ക്ക് പോയാലോ, അയാൾക്കൊപ്പം ഇരുന്ന് ഭക്ഷണം കഴിച്ചാലോ അതിൽ വിരോധം വച്ചു പുലർത്തുന്നവളല്ല ഞാൻ. പക്ഷേ അയാൾ മറ്റൊരു സ്ത്രീയുടെ സ്വാധീനവലയത്തിൽ അകപ്പെട്ടു എന്ന അവസ്ഥ വന്നാൽ അത് നിസ്സാരമാക്കാൻ സാധിക്കുന്നവളുമല്ല.

ശ്രീഭയുടെ സ്വഭാവരീതികൾ മോഹന് ആകർഷകമായി തോന്നുന്നു എങ്കിൽ അവർക്കിടയിൽ വിഘ്നമായി നിൽക്കാൻ ഞാൻ ആഗ്രഹിക്കുന്നില്ല.ഒരിക്കലും താല്പര്യപ്പെടുകയുമില്ല. പക്ഷേ ഇതൊക്കെ ഒരു കണക്കിന് പറയുവാൻ എന്തു എളുപ്പമാണ് അല്ലേ. എന്നാൽ എന്റെ സ്നേഹത്തിന്റെ കണക്കു പ്രകാരം എനിക്ക് അയാളെ വിട്ടു നിസാരമായി ഇറങ്ങി പോകുവാൻ എളുപ്പമല്ല എന്നതാണ് യാഥാർഥ്യം. എങ്കിലും സഹികെട്ട് പോകുന്ന ഏതെങ്കിലും അവസ്ഥയിൽ ഞാനത് ചെയ്തേക്കാം.

അയാൾ ഇല്ലാതെ ജീവിക്കണം എന്ന് ഒരു നിമിഷം പോലും ഞാൻ ആഗ്രഹിച്ചിട്ടില്ല. ഈയിടെയായി കിടപ്പറയിൽ അയാൾ തരുന്ന അതൃപ്തമായ സ്പർശങ്ങൾ ഞാൻ തിരിച്ചറിയാറുണ്ട്.

"അയാൾക്ക് എന്തുകൊണ്ടാണ് എന്റെ ശരീരത്തോടുള്ള അഭിനിവേശം നഷ്ടപ്പെട്ടത്?"

സെൻസിറ്റീവായ ചുംബനങ്ങൾ ഇഷ്ടപ്പെട്ടിരുന്ന എന്നെ അവഗണിച്ചു കൊണ്ടു മോഹൻ നടത്തുന്ന ആ കടമ കഴിക്കലുകൾ പോലും

എന്നെ വേദനിപ്പിക്കുന്നു. ഞാനെന്ന സ്ത്രീയെ വേദനിപ്പിക്കുന്നു. കാരണം അയാളുടെ ഓരോ സ്പർശങ്ങൾ പോലും സ്നേഹമായി കാണാനാണ് ഞാനാഗ്രഹിക്കുന്നത്. മോഹൻ അമർത്തി ചുംബിക്കാൻ മറന്നുപോയചുണ്ടുകൾ, തലോടാൻ മറന്ന കവിളുകൾ, നനവ് വറ്റിയ മുലകൾ, ഇക്കിളിപ്പെടുത്താൻ വിട്ട് പോയ പൊക്കിൾ കൊടികൾ. അങ്ങനെ ഓരോ ഇടങ്ങളെയും അയാൾ നിരാശപ്പെടുത്തുമ്പോൾ എനിക്ക് വ്യസനമാണ് അനുഭവപ്പെടുന്നത്. സ്നേഹം നഷ്ടപ്പെട്ടവളുടെ വ്യസനം.

അതിലുപരി അയാൾ ചെയ്ത നീതികേട് എന്താണെന്നോ. കഴിഞ്ഞദിവസം അയാളുടെ ഫോൺ യാദൃശ്ചികയാൽ എന്റെ പക്കൽ ലഭിച്ചപ്പോൾ അതിലെ ചില മെസേജുകൾ ഞാൻ കാണുകയുണ്ടായി. അതിനു ശേഷത്തെ സായാഹ്നത്തിൽ കടൽ കരയിലൂടെ ഞങ്ങൾ നടക്കുമ്പോൾ ഞാൻ അയാളോട് ചോദിച്ചു

“യന്ത്രപാവയല്ല, ഒരു സ്ത്രീയാണ് ഞാൻ എന്ന കാര്യത്തിൽ നിങ്ങൾക്ക് ബോധ്യമുണ്ടോ മോഹൻ?

ഒരു ഭാര്യയുടെ വികാരവായ്പുകൾ ഒന്നും നിങ്ങളിപ്പോൾ എന്നിൽ പരിഗണിക്കാറില്ല. നിങ്ങൾക്കത് മനസിലാകാറുമില്ല. പക്ഷേ കാലങ്ങളേറെയായി സ്നേഹവായ്പുകളോടെ എന്നെ ചുംബിക്കാൻ മറന്നുപോയ നിങ്ങൾ അതീവ താല്പര്യത്തോടെ ശ്രീഭക്ക് ചുംബനങ്ങൾ കൈമാറുന്നു. വളരെ യാദൃശ്ചികയാൽ ഞാനത് കാണുകയുണ്ടായി. ഞാൻ നിങ്ങളിൽ നിൽക്കുന്നിടത്തോളം കാലം നിങ്ങൾ തെറ്റുകൾ കൊണ്ടാണ് ആ ചുംബനങ്ങൾ ഏറ്റുവാങ്ങുന്നതും കൈമാറുന്നതും. അങ്ങനെയുള്ള നിങ്ങളെ എനിക്ക് ആവശ്യമില്ല മോഹൻ. കാരണം നിങ്ങൾ എന്നെ സ്നേഹിക്കുന്നില്ല. ഞാൻ നിങ്ങളെ സ്നേഹിക്കുന്നുമുണ്ട്”

അതുകേട്ട് മോഹൻ പുഞ്ചിരി തൂകി. ഒരു ജീവിതപങ്കാളി എന്ന നിലക്ക് ആ ചിരി കൂടുതൽ അപമാനകരമായാണ് എനിക്ക് തോന്നിയത്. സുദൃഢമായ ആത്മബന്ധം ഞങ്ങൾക്കിടയിൽ നഷ്ടപ്പെട്ടു എന്നതല്ലേ സത്യം. ബന്ധത്തിന്റെ വിലയിടിഞ്ഞു കഴിഞ്ഞാൽ പിന്നെയും ബാധ്യതയായി നിന്നുകൂടാ. അങ്ങനെ നിൽക്കുന്നതിന് യാതൊരു അർത്ഥവുമില്ല.

എനിക്ക് സഹിക്കാനാവുന്നില്ല. അയാളുടെ സ്നേഹരഹിതമായ പെരുമാറ്റം. എന്നോടുള്ള നിസ്സംഗഭാവം. ഒന്നും തന്നെ എനിക്ക് സഹിക്കാനാവുന്നില്ല.

പിന്നീട് ഒരക്ഷരം പോലും ഉരിയാടാതെയാണ് ഞങ്ങൾ വീട് വരെ എത്തിയത്.

രാത്രി മുഴുവനും അസ്വസ്ഥതയോടെ ഇടനാഴിയിൽ ഉലാത്തി. എന്റെ അസ്വസ്ഥതയുടെ കാലൊച്ചകൾ മോഹനെ യാതൊരു വിധത്തിലും ബാധിച്ചതായി തോന്നിയില്ല . ആ മട്ടിൽ തന്നെയാണ് അയാൾ എന്നെ നോക്കിയതും. അയാൾ അപ്പോഴൊക്കെയും ഫോണിൽ മുഴുകി കൊണ്ടേയിരുന്നു. എനിക്കറിയാം മറുവശത്ത് തീർച്ചയായും ശ്രീഭയായിരിക്കും. അതുകൊണ്ടാണ് ഇനിയും സഹിക്കവയ്യാതെ കട്ടിലിലിരുന്ന് നോവോടെ പൊട്ടിക്കരഞ്ഞത്.

അപ്പോൾ അയാൾ വെറുപ്പോടെ പറയുന്ന "ബോധമില്ലാത്തവൾ, ബുദ്ധിസ്ഥിരതയില്ലാത്തവൾ" എന്ന്. വാസ്തവത്തിൽ എനിക്കിപ്പോൾ മുഴുഭ്രാന്ത് ആയിരിക്കുന്നു. ഞാനിപ്പോൾ ഓർക്കുന്നത് മരണത്തിന്റെ സ്വതന്ത്രഭാഷയാണ്. ഞാൻ തേടി പോകുന്നതും അതാണ്. അതുകൊണ്ടാണ് വീടുവിട്ടിറങ്ങിയത്. ഒരു ഭ്രാന്തിയെ പോലെ.

നിങ്ങൾക്കറിയാമോ. ഞാനിപ്പോൾ ചിന്തിക്കുന്നതും തേടുന്നതും മോഹനെയല്ല. ഒരു നിമിഷമെങ്കിൽ ഒരു നിമിഷം എന്നെ അധികം സന്തോഷിപ്പിക്കുവാനായുള്ള മരണത്തിന്റെ അധികം സാധ്യതകളെ മാത്രമാണ്.

(അ)വിശുദ്ധ രഹസ്യങ്ങൾ

അയാൾ എന്നോട് പറഞ്ഞു;

"ഞങ്ങൾ കലാകാരന്മാർക്ക് ഒരിക്കലും ഒരു സ്ത്രീയിൽ ഒതുങ്ങി നിൽക്കാനാവുകയില്ല. ഏതുനേരത്തും, ആരിലേക്കും വൈവിധ്യങ്ങൾ തേടി ഇറങ്ങിച്ചെല്ലുന്നവരാണ് ഞങ്ങൾ യഥാർത്ഥ കലാകാരന്മാർ.എങ്കിലെ ഞങ്ങൾക്ക് ക്രിയേറ്റിവ് ആവാൻ കഴിയൂ" എന്ന്

ആ നിമിഷം അയാളോട് എനിക്ക് പുച്ഛവും ക്രോധവും തോന്നി. തർക്കിക്കുവാനുള്ള ത്രാണി നഷ്ടപ്പെട്ട്, അറച്ചു പോയ ഉമിനീർ എന്റെ വായിൽ കെട്ടി നിന്നു. എന്റെ നല്ല മാനസികാവസ്ഥയെ പിടിച്ചു കുലുക്കിയ വർത്തമാനം എന്നെ വീർപ്പുമുട്ടിച്ചു.അന്നത്തെ രാത്രിയിൽ nervous exhaustion എന്ന അവസ്ഥ എന്നെ കൂടുതൽ ഉറക്കം കെടുത്തിയപ്പോൾ മീരയുമായി ദീർഘനേരം ഞാൻ ഫോണിൽ സംസാരിക്കുകയുണ്ടായി.എല്ലാം കാത് തുറന്ന് കേട്ട അവൾ അകത്തുള്ള ഒരു പുഞ്ചിരിയോടെ മജ്ജയിലേക്ക് പോലും ആഴത്തിൽ ചെന്ന് പതിയുന്ന അവളുടെ പുതിയ കഥകളെകുറിച്ചു എന്നോട് വിവരിച്ചു തുടങ്ങി. അനുഭവത്തിന്റെ തീച്ചൂളയിൽ നിന്നും, ജീവിതത്തിന്റെ ത്യാഗങ്ങളിൽ നിന്നും ഉയിർകൊണ്ട ആ കഥകൾ കേട്ടപ്പോൾ എനിക്ക് ഹാ ക്രിയേറ്റിവിറ്റിയുടെ അതിരസം എന്നതിനെ വിശേഷിപ്പിക്കുവാൻ തോന്നി. എത്രമാത്രം അതിൽ ഭാവനയും, ഓർമ്മയുടെ പകർത്തലുകളും തളംകെട്ടി കിടക്കുന്നു. അവളെഴുതുന്ന ഓരോ കഥകളിലും, പിന്നാമ്പുറങ്ങളിൽ എവിടെയും, ഡൈവേഴ്സിറ്റിയുടെ പേര് മറച്ചു കാമത്തെ തിരയുന്ന ന്യായീകരണങ്ങൾ ഒന്നുമില്ല. അവൾ ഒന്നും നിരത്തിയിട്ടുമില്ല. അപ്പോൾ എനിക്ക് അയാളോട് ഇങ്ങനെ പറയണമെന്ന് തോന്നി

Hey man we are built differently

കാലങ്കോഴി

വീടിന്റെ ഇറയത്ത് ഒരു കരിപിടിച്ച റാന്തൽ വിളക്ക് തൂങ്ങി കിടക്കുന്നുണ്ടായിരുന്നു. അയാൾ അത് ചുരണ്ടികൊണ്ട്, ഒരു വല്ലായ്മയോടെ അവളെ തുറിച്ചു നോക്കി കൊണ്ടിരുന്നു...

"ഇയ്ക്ക് വെയ്യ ഇനിം ഇങ്ങനെ.."

ഇടറിയ ശബ്ദത്തിൽ അവൾ പറഞ്ഞൊപ്പിച്ചു. അയാൾ ഒന്നും പറഞ്ഞില്ല. എങ്കിലും അയാളൊന്നു മൂളി കൊടുത്തു. പിന്നെ ഒന്നും പറയാനാകാതെ വിയർപ്പും ചെളിയും പറ്റിയ കൈലിയോടെ ബദ്ധപ്പെട്ട് പുറത്തേക്കിറങ്ങി നടന്നു. അവൾ കോലായിൽ വിതുമ്പി പൊട്ടിയും.

വീടിന്റെ വടക്കേവശത്തെ കൈത്തോട് വഴിയാണ് അയാൾ നേരെ നടന്നത്. കിതപ്പോടെയുള്ള നടത്തം ചെന്നെത്തിയത് മാന്തോപ്പിലും. കലശലായ മനോ ആധിക്യത്താൽ അയാൾ മാന്തോപ്പിന് കീഴിലെ കോമ്പുല്ലിലേക്ക് ചെന്നുവീണു.

മുകളിലെ മാനത്തേക്ക് പകച്ച കണ്ണുകളോടെയാണ് അയാൾ നോക്കിയത്. അമ്മയെ ഓർത്തപ്പോൾ അയാളുടെ കണ്ണുകൾ നനഞ്ഞു. മാംസവും മജ്ജയും ഉള്ള ഒരു ശരീരമാണ് സ്വബോധമില്ലാതെ അങ്ങനെ കിടക്കയിൽ കിടന്നു ഞെരങ്ങുന്നത്. തന്നെ മുലയൂട്ടി വളർത്തിയ സ്ത്രീയാണവർ. ആ സ്ത്രീയാണ് പിച്ചും പേയും പറഞ്ഞു ആ കട്ടിലിൽ കിടന്നു വേദന കൊണ്ട് ഞെരങ്ങുന്നതും, യാതൊരു ബോധവുമില്ലാതെ അതേ കട്ടിലിൽ തന്നെ മലമൂത്രവിസർജ്ജനം നടത്തുന്നതും.

കുടുംബ ദാരിദ്ര്യത്തിന്റെ ഉത്തരവാദിത്വത്തിന മുകളിലേക്കാണ് അമ്മയുടെ ഇത്തരം യാതനകൾ കൂടി കടന്നു വരുന്നത്. കിഴക്ക് വെള്ള കീറിയാലും, നേരം ഇരുളിയാലും സ്വസ്ഥതയില്ലാത്തത് അയാൾക്കാണ്.വിശപ്പിന് ഭക്ഷണമില്ലാത്ത, ഉടുത്തുണിക്ക് മറു ത്തുണിയില്ലാത്ത ഒരു വീടിനകത്തെ കടുത്ത ദയനീയതയാണ് 'അമ്മ'യെന്ന പേരിൽ അയാളെയിന്ന് വേദനിപ്പിക്കുന്നത്. തന്റെ ദുർഗതിയിൽ ആവലാതി കൊള്ളാൻ മാത്രമേ അയാൾക്കിന്ന് സാധിക്കൂ. അത് മാത്രമാണ് അയാൾക്ക് ചുറ്റുമിന്നുള്ളതും. ആവലാ തികളിലെ ചിന്തകൾ മാത്രമാണ്.

അസ്വസ്ഥതയുടെ ഗന്ധം പേറി കൊണ്ട് കാറ്റുവീശിയപ്പോഴാണ് അയാള ചിന്തയിൽ നിന്നും ഞെട്ടി ഉണരുന്നത്. സമയം ഇരുട്ടി തുടങ്ങിയിരിക്കുന്നു. അയാൾ അമ്മയെ ഓർത്തു, ഭാര്യയെ ഓർത്തു, മക്കളെ ഓർത്തു. എഴുന്നേറ്റ് നടന്നു.

നടക്കുന്ന വഴി അവസാനിച്ചത് വീട്ടുമുറ്റത്താണ്. അയാളെ കണ്ടതും ഉമ്മറപ്പടിയിൽ ഇരിക്കുന്ന ഭാര്യ സാരിയുടെ കോന്തലപ്പ് കൊണ്ട് ചീറ്റിയ മൂക്ക് തുടച്ചും, കണ്ണീരൊപ്പിയും പറഞ്ഞു.

"എവിടേക്കാണെന്നോ എങ്ങോട്ടാണെന്നോ ഒന്നു പറഞ്ഞിട്ട് ഇറങ്ങി പോകരുതോ... ഇവിടെയിരുന്ന് തീ തിന്നുന്നത് മുഴുവനും ബാക്കിയുള്ളവരാണ്... ഞാൻ ഒറ്റയ്ക്ക് വേണം ആ തള്ളേം വെച്ച് കഷ്ടപ്പെടാൻ.."

അവളുടെ കണ്ണുകൾ നിറഞ്ഞൊഴുകി. അതിനെ ലാഘവത്തോടെ കാണുവാൻ അയാൾക്ക് സാധ്യമല്ല. അതുകൊണ്ടുതന്നെ ഒന്നും പറയുവാനാകാതെ അയാൾ അകത്തെ മുറിയിലേക്ക് നടന്നു. അസ്വ സ്ഥതയുടെ കനം കൂടിയിരിക്കുന്നു. അകത്തെ മുറിയിലെ കട്ടിലിൽ മെലിഞ്ഞൊട്ടിയ, തുറിച്ച കണ്ണുകളുള്ള ഒരു ശരീരം വേദനകൊണ്ട് കിടന്നു പുളയുന്നു. അവർക്ക് ശ്വാസത്തിന്റെ ബുദ്ധിമുട്ടുണ്ട്.ചുക്കിചുളി ഞ്ഞ വലത്തെ കാൽപാദത്തിന് കീഴിലെ പഴുപ്പിൽ പുഴുവരിച്ചു തുട ങ്ങിയിരിക്കുന്നു. വേദനയെന്ന യാഥാർഥ്യം അവരെ വിട്ടു പോയാൽ ഒരു പരിധിവരെയെങ്കിലും അവർക്ക് സ്വസ്ഥമായി ജീവിക്കാം. എന്നാൽ ഇതങ്ങനെയല്ല. കടുത്ത വേദനയാണ്. വല്ലായ്മയോടെയേ അയാൾക്ക് അതെല്ലാം കാണാൻ സാധിക്കൂ. രാവുണ്ണി വൈദ്യരുടെ കീഴിൽ പറ്റാവുന്നയിടത്തോളം കാലം അമ്മയെ കാണിച്ചതാണ്. പക്ഷേ കയ്യിൽ വരുമാനം തീർന്നപ്പോൾ അവിടുത്തെ ലേഹ്യവും, കുഴമ്പുമെല്ലാം നിലച്ചു. അതോടെ ഉറക്കം വരാതെയുള്ള അവരുടെ രാത്രിയും പകലുമുള്ള തിരിഞ്ഞു മറിഞ്ഞും ഉള്ള ഞെരക്കങ്ങൾ കൂടി.

എന്തുചെയ്യാനാണ് രോഗവേളയിൽ അവരെ ശുശ്രൂഷിക്കുവാനുള്ള സമ്പാദ്യം പോലും കൈയിൽ ഇല്ലാതെ പോയല്ലോ.

അയാൾ ഗതികേടിന്റെ വിമ്മിട്ടത്തിൽ നെടുവീർപ്പിട്ടു. പിന്നെ നിശബ്ദനായി അകത്തെ കട്ടിലിൽ പോയി കിടന്നു.

സമയം കടന്നു പോയി. പിന്നീടെപ്പോഴോ വന്ന ചുറ്റുപാടിലെ നിശബ്ദതയിൽ മക്കൾ ഉറങ്ങിയിരിക്കണമെന്ന് അയാൾ ചിന്തിച്ചു.

പെട്ടെന്ന് ഒരു നനുത്ത കാറ്റ് ജനാല വഴി അയാളെ തഴുകിയെത്തി. ആ തഴുകലിൽ അയാളുടെ ഹൃദയം ശക്തിയായി മിടിച്ചു. ആ കാറ്റിന് കട്ടിലിൽ കിടന്നു ഞെരങ്ങുന്ന വൃദ്ധയുടെ മരണത്തിന്റെ ഗന്ധമുണ്ടായിരുന്നു.അയാൾക്കങ്ങനെ അനുഭവപ്പെട്ടു. പിന്നെ അയാൾ കൂടുതലൊന്നും ചിന്തിച്ചില്ല. വേഗത്തിൽ കട്ടിലിൽ നിന്ന് എഴുന്നേറ്റ് നേരെ അടുക്കളച്ചായ്പ്പിലേക്ക് നടന്നു. അവിടെ നിന്നിരുന്ന ഭാര്യയോട് ഒന്നും പറയാതെ ഏണിയെടുത്ത് തട്ടും പുറത്തേക്ക് വലിഞ്ഞുകയറി ഒരു പഴയ കിണ്ടി പൊടിതട്ടിയെടുത്തു. അവിടെ നിന്നിറങ്ങി തെക്കേമുറിയിലെ മരപ്പെട്ടിയിൽ അടച്ചുവെച്ച രാമായണമെടുത്തു. ഇതെല്ലാം കണ്ട ഭാര്യ ഒന്നും പറഞ്ഞില്ലെങ്കിലും പൊളിഞ്ഞ, പഴകിയ പത്തായത്തിനകത്തു വെച്ച കോടിമുണ്ട് അയാൾക്ക് എടുത്തു കൊടുത്തത് അവളായിരുന്നു. പിന്നെ അവർ പരസ്പരം ഒന്നും പറഞ്ഞില്ല. ഒന്നും മിണ്ടിയതുമില്ല. പതിവിലും വിപരീതമായി അന്നത്തെ രാത്രിയിൽ അവൾ വല്ലാത്തൊരു സമാശ്വാസത്തിൽ പുളിച്ച ചൂരുള്ള കട്ടിലിൽ കിടന്നു പുളയുന്ന ആ പഴകിയ ദേഹത്തെ കഞ്ഞി കുടിപ്പിച്ചു, അയാൾ അവരെ പുതപ്പിച്ചു കിടത്തി. ശേഷം അയാളും അവളും ഒന്നിച്ചിരുന്നു കഞ്ഞികുടിച്ചു.

നാളെ പ്രഭാതത്തിൽ സംഭവിക്കാൻ പോകുന്ന ഏതോ ഒരു പ്രതീക്ഷയിൽ അവർ കട്ടിലിൽ കിടന്നു. അവരെ തൃപ്തിപ്പെടുത്തി കൊണ്ട് ഒരു കാലങ്കോഴി വിദൂരതയിൽ നിന്നും ഒച്ചയെടുത്തു. അവർ നാളത്തെ പ്രഭാതത്തിലെ ശുഭവാർത്തയെ പ്രതീക്ഷിച്ചു കൊണ്ട് കണ്ണുകളടച്ചു.

ഇരുളിലെപ്പോഴോ പതിഞ്ഞ കാറ്റടിച്ചു. ആ കാറ്റ് പിന്നെ വീശിയടിച്ചു. ഇടി പൊട്ടി. മഴ പെയ്തു. മഴവെള്ളം അകത്തേക്ക് അടിച്ചുകയറി. ഇടയിലെപ്പോഴോ ഭിത്തിയെ പിളർത്തിക്കൊണ്ട് ഒരു മിന്നൽ വീടിനകത്തേക്ക് തുളഞ്ഞുകയറി. പിന്നെ എല്ലാം ശാന്തം.

തികച്ചും ശാന്തം.

നാലാംപക്കം വെളുപ്പിനെ അയൽക്കാരി സ്ത്രീ അയാളുടെ വീട്ടുമുറ്റം കയറിവരുമ്പോൾ ഉറക്കെ വിളിച്ചു ചോദിച്ചു.

“ഇവിടുള്ളോരൊക്കെ എവിടെപ്പോയി. മൂന്നാലീസായി ഒരു ഒച്ചെം അനക്കോ ഒന്നൂല്യല്ലോ.”

ആ ചോദ്യത്തിനാരും മറുപടി പറഞ്ഞില്ലെങ്കിലും ഇറയത്തെ റാന്തൽ വിളക്ക് ഏതോ ഒരു നിഗൂഢതയും പേറികൊണ്ട് വിറയുന്നുണ്ടായിരുന്നു.

ഒരു മുറി

അങ്ങേയറ്റം പ്രാകൃതമാണ് അച്ഛമ്മയുടെ മുറി. മുഷിഞ്ഞ ഒരു കൂട് അതുമല്ലെങ്കിൽ ഒരു ഇടം എന്ന് മാത്രമേ എനിക്കതിനെ പറ്റി തോന്നിയിട്ടൊള്ളൂ. തിമിരം പടർന്ന കണ്ണുകളിലൂടെ മരണത്തിന്റെ പിറുപിറുപ്പുകൾ പരതുന്ന അച്ഛമ്മയുടെ വാർധക്യകിറുക്കുകൾ ഞാൻ വലിയൊരന്താളിപ്പോടെ ആദ്യമായി കണ്ടുപിടിച്ചതു ആ മുറിക്കകത്തു വെച്ചാണ്. ലോകത്തിന്റെയും പാതാളത്തിന്റെയും മുഴുവൻ ഏകാന്തതയും പേറി വ്രണപ്പെട്ടുപോയ അച്ഛമ്മയുടെ വാർധക്യം ദയനീയമായി ഞങ്ങളെ നോക്കി ശന്നി പറഞ്ഞതും ,മറ്റു ചിലപ്പോളൊക്കെയും പയ്യാരം പറയാനുള്ള പ്രേരണ തുടങ്ങിവെച്ചതും അതെ മുറിക്കകത്തു വെച്ചാണ്.

ആരും കയറാത്ത ആ മുറിയിൽ വല്ലപ്പോഴും കയറുന്ന ഒന്നോ രണ്ടോ പേരിൽ ഒന്ന് തീർച്ചയായും ഞാനായിരുന്നു.

അച്ഛമ്മയുടെ മരുമക്കൾ അവർക്ക് മുന്നിൽ വിധേയപ്പെട്ട് നിന്ന കാലമൊക്കെയും കഴിഞ്ഞ്, അരിശം മൂത്തു തിളച്ച് മറിയുന്ന ദിവസങ്ങളിൽ തെളിച്ചം മാഞ്ഞ മുഖവുമായി അച്ഛമ്മ അവിടെ ഇരിക്കുന്നത് കണ്ട് എനിക്ക് നേർത്ത നോവ് വന്നിട്ടുണ്ട് പലപ്പോഴും.

സമയം ജീവിതത്തെ ഓടി തോല്പിച്ചപ്പോൾ മുറിയിലെ കട്ടിലിൽ അച്ഛമ്മ ജീവച്ഛവമായി. കൈകാൽ പേശീചലനം പോലും സാധ്യമാകാതെ അവിടെ കിടന്ന് അവർ തിന്നുകയും തുറുകയും ചെയ്ത ദിവസങ്ങളിൽ അവിടത്തെ കെട്ട മണം പൂപ്പലുണ്ടാക്കിയിട്ടുണ്ട് എന്റെ ഉള്ളിൽ. ഉറക്കമില്ലാത്ത കണ്ണുകൾ അട്ടം നോക്കി മിഴിക്കുന്ന

പലരാത്രികളിലും അമ്മക്കൊപ്പം അച്ഛമ്മയുടെ മൂത്രം കോരുമ്പോഴുള്ള പുളിപ്പ് മണം ഓക്കാനവും വരുത്തിയിട്ടുണ്ട്.

ഞാൻ പറഞ്ഞില്ലേ..അങ്ങേയറ്റം പ്രാകൃതമാണ് ആ മുറി.

ഒരിക്കൽ ഉഷ്ണിച്ചു തുടങ്ങിയ ഒരു പകലിൽ മരണത്തിന്റെ നെയ്യുറുമ്പുകൾ വരിവരിയായി കട്ടിലിലേക്ക് കയറി വരുമ്പോൾ അടുത്തു വരുന്ന സമയം കൊഴുക്കുന്നത് ഞാനറിഞ്ഞതും അതേ മുറിയിൽ വെച്ചാണ്. കട്ടിലിൻ തലക്കൽ കുട്ടിരുന്ന ഞാനാ സമയത്തെ കാണുകയും അറിയുകയും ചെയ്തു.

അന്ന് രാത്രിയിൽ അച്ചമ്മ ചിതയിൽ എരിഞ്ഞു തീരുന്നതിനും മുൻപേ അവരുടെ മൂത്ത മകൻ അവകാശം പറഞ്ഞു ഉറപ്പിച്ചു.

“ഇനി മുതൽ എനിക്കീ മുറി മതി. ഇതിനകത്തെ പഴേ സാധനങ്ങളൊക്കെ എടുത്തു പുറത്തു കളയണം”.

പ്ലാറ്റോണിക്ക് ലൗ

ആ നിമിഷത്തിൽ, ആ ബന്ധം നിസ്സഹായത മാത്രമായിരുന്നിരിക്കണം അവൾക്ക് കൊടുത്തിരിക്കുക.അത്കൊണ്ടായിരുന്നിരിക്കണം അവരെ നോക്കാതിരിക്കാൻ അവൾ നന്നേ പാട്പെട്ടതും.

അയാളുടെ എല്ലൊട്ടിയനെഞ്ചത്ത് ചായ്ച്ച, കണ്ണുകളടച്ച വിതുമ്പുന്ന കാമുകിക്ക് മേലുള്ള പതിഞ്ഞ അയാളുടെ നേർത്ത ആശ്ലേഷത്തെ നോക്കാതിരിക്കാനോ,അവരെ ഇനിയും കണ്ടു കൊണ്ടിരിക്കാനോ വയ്യാതെ അവൾ മുഖംതിരിച്ചു. എന്തെന്നാൽ, ആ ദിവസം അവൾ അവർക്ക് വേണ്ടി മാത്രം ഒരുക്കിവച്ചതായിരുന്നു. എന്നിട്ടും അവൾ കരഞ്ഞു. അയാളുടെ കാമുകി കരഞ്ഞു. മുറിഞ്ഞ ആത്മാവുമായി കട്ടിലിൽ നിന്നും എണീക്കവയ്യാതെ മൗനമായി കണ്ണീർ വീഴ്ത്തി കൊണ്ട് അയാളും കരഞ്ഞു.

അവൾ അയാളുടെ ഭാര്യയാണ്. ഒരിക്കൽ അയാളെ ചൊല്ലി, അയാളിലെ സ്നേഹത്തെ ചൊല്ലി അവൾ കരഞ്ഞതത്രയും ഇതേ കാമുകിക്ക് വേണ്ടിയായിരുന്നു.

'നിങ്ങൾ ആരെ സ്നേഹിക്കുന്നു?അവളെയോ,എന്നെയോ?പറയൂ നിങ്ങൾ ആരെ സ്നേഹിക്കുന്നു'?

എത്രയോ കാലങ്ങൾ അവരുടെ വീടിന്റെ ഉള്ളിൽ നിന്ന് ഈ ചോദ്യം അനേകം തവണ പരിഭവമായും ആധിയായും,സ്വാർഥമായും അവളിൽ നിന്നു ശബ്ദിച്ചിരുന്നിരുന്നതും ഇതേ കാമുകിക്ക് വേണ്ടിയായിരുന്നു. അവളുടെ കലങ്ങി നിറഞ്ഞ കണ്ണുകൾ ഇരുട്ടിൽ

പോലും തെളിഞ്ഞു നിന്ന അനേകം രാത്രികളും ഇതേ സ്ത്രീയെ ചൊല്ലിയായിരുന്നു. എന്നിട്ടും ഒരിക്കലും അയാളുടെ പുരുഷസ്വരം അവൾക്ക് മേൽ വീണില്ല. അനേകം രാത്രികളിൽ തേങ്ങലോടെ ചോദിച്ച എത്രയോ ചോദ്യങ്ങളിലെ സംശയങ്ങളെ സാധൂകരിക്കുന്ന യാതൊരു മറുപടിയും അയാളിൽ നിന്നും ഒരിക്കലും അവൾക്ക് ലഭിച്ചില്ല.അയാൾ അതിനൊന്നിനും ഒരുങ്ങിയില്ല.ഒരിക്കൽ അവൾ ആ വക എല്ലാ ചോദ്യങ്ങളും നിർത്തി വെച്ചു. അയാളുടെ പ്രണയത്തെപ്പറ്റി,കാമുകിയെ പറ്റി ചോദിക്കുന്നവർക്കും പറയുന്നവർക്കും മുൻപിൽ സഹതാപപ്രകടനങ്ങൾക്ക് പോലും ഇടം കൊടുക്കാതെ ചുണ്ടുകൾ പകുതി തുറന്നിട്ട് അവൾ ഒരു ചിരി സമ്മാനിച്ചു. അവളുടെ ആ ആത്മധൈര്യത്തിൽ എല്ലാവരും അതിശയിച്ചിരുന്നിരിക്കണം. എന്നാൽ ആ ചിരിയിൽ എല്ലായ്പ്പോഴും അവളുടെ കണ്ണിന്റെ അറ്റത്തു നിന്ന് ഒരു തുള്ളി വെള്ളം കവിളിലേക്ക് ഒഴുകുന്നത് മാത്രം അവരാരും കണ്ടിരുന്നില്ല. അയാളുടെ പ്രണയത്തെ, അയാളുടെ പ്രണയിനിയെ ഓർത്തു ചൂട് പിടിച്ച അവളുടെ ആധിയെ അയാൾക്ക് മുൻപിൽ 'എനിക്ക് തല വേദനിക്കുന്നു' എന്ന കള്ളത്തരം നിറഞ്ഞ വാക്കുകളിൽ മുഖം മറച്ചവൾ ഒതുക്കി നിർത്തി. അയാൾക്ക് മുൻപിൽ സ്നേഹത്തോടെ പെരുമാറുവാനോ, തലപൊക്കുവാനോ പറ്റാത്ത വിധത്തിൽ അവളുടെ മൗനം അവരെ രണ്ടാക്കി ഭാഗിക്കപ്പെട്ടു തുടങ്ങിയ കാലത്തു ഒരിക്കൽ തലകുനിച്ചു കൊണ്ടായാൾ അവളോട് പറഞ്ഞു

'അവളെ ഞാൻ മറന്നു കഴിഞ്ഞു. എനിക്ക് നി മതി കുട്ടീ. നിന്നെ വേദനിപ്പിക്കുന്ന യാതൊന്നും വേണ്ടെന്നാണ് തിരുമാനം'

അതവളെ സന്തോഷം പിടിപ്പിച്ചു. തിരികെപിടിച്ച സ്വാതന്ത്ര്യത്തോടെ അവൾ അയാളുടെ കാൽച്ചുവട്ടിൽ പറ്റിച്ചേർന്നു കിടന്നു കരഞ്ഞു.അയാളുടെ കണ്ണുകൾ നിറഞ്ഞു. പിന്നെ അവൾ ചിരിച്ചു. അയാളും ചിരിച്ചു.കാമുകിയെ ചൊല്ലി ഇനിയൊരിക്കലും പഴി വരാത്ത വിധത്തിൽ അവർ പരസ്പരം അത്യാർത്തിയോടെ സ്നേഹിച്ചു.എന്നിട്ടുമെപ്പോഴോ വിധി പിന്നെയുമവളെ കരയിപ്പിച്ചു. അയാളുടെ ദേഹം അയാൾക്ക് പോലും വഴങ്ങാത്ത വിധത്തിൽ അർബുദം അയാളെ ബാധിച്ചു. വേദനിക്കുന്ന അയാളുടെ ശരീരം കട്ടിലിൽ തളർന്ന് കിടന്നു. മനോവേദന കൊണ്ട് ക്ഷയിച്ചുപോയ അവളോട് ഒരിക്കൽ, ഒതുങ്ങാത്ത പഴയ സ്മരണകളുടെ ആ ആഗ്രഹം തൊലിയടർന്ന നാക്ക് കൊണ്ട് അയാൾ വളരെ പാട്പെട്ട് കൊണ്ട് പറഞ്ഞൊപ്പിച്ചു.

'എനിക്ക് ഒന്ന് കാണണം അവളെ, ഒരിക്കൽ കൂടി'.

അവൾ ഒന്നും പറഞ്ഞില്ല.കുറെ നേരത്തിന് അവൾ നിശ്ശബ്ദയായി.

പിന്നീട് അടക്കിയ ചെറു തേങ്ങലിനിടയിൽ കൂടി,സൗമ്യസ്വരത്തിൽ അവൾ പറഞ്ഞു

"അതിനെന്താ ഞാൻ കൊണ്ട് വരാമല്ലോ".

രാവിലെ ഉണർന്നപ്പോഴേക്കും അയാൾക്ക് മുൻപിൽ അവൾ എത്തിയിരുന്നു. അല്ല അവളെ എത്തിച്ചിരുന്നു. അയാളുടെ കാമുകിയെ. ശോഷിച്ച അയാളുടെ ശരീരത്തിലെ തള്ളിയ രണ്ടു കണ്ണുകളുള്ള, എല്ലൊട്ടിയ, പൊടിഞ്ഞ പല്ലുകളുള്ള മുഖത്തേക്ക് കാമുകി തലയുയർത്തി നോക്കി. ഏറെനേരം അവൻ അന്യോന്യം നോക്കിയിരുന്നു. എന്നിട്ടും, അവർ പരസ്പരം ഒന്നും മിണ്ടിയില്ല.

അവരുടെ ആ കൂടികാഴ്ചയെ നെടുവീർപ്പോടെ അവൾ നോക്കിക്കണ്ടു.കുറെ നേരം കഴിഞ്ഞപ്പോൾ വിതുമ്പികൊണ്ട് അയാളുടെ കാമുകി അയാളുടെ എല്ലൊട്ടിയ നെഞ്ചത്തു തലചായ്ച്ചു. അവർ കരഞ്ഞു.

അത് കണ്ട അവളുടെ നെഞ്ചലച്ചു. പിന്നെ അവൾ അവിടെ നിന്നില്ല. പകരം അയാളെയും അയാളുടെ കാമുകിയെയും ഒറ്റക്ക് വിട്ടു കൊണ്ടവൾ മുറി വിട്ടു പുറത്തേക്കിറങ്ങി കതക് ചാരി. അന്നേരം കവിളിൽ പടർന്നൊലിച്ച കണ്ണുനീർ തുള്ളികൾ അവളുടെ മനസ്സിനെ വേദനിപ്പിച്ചു കഴിഞ്ഞിരുന്നു.

●